ASWANGLAUT

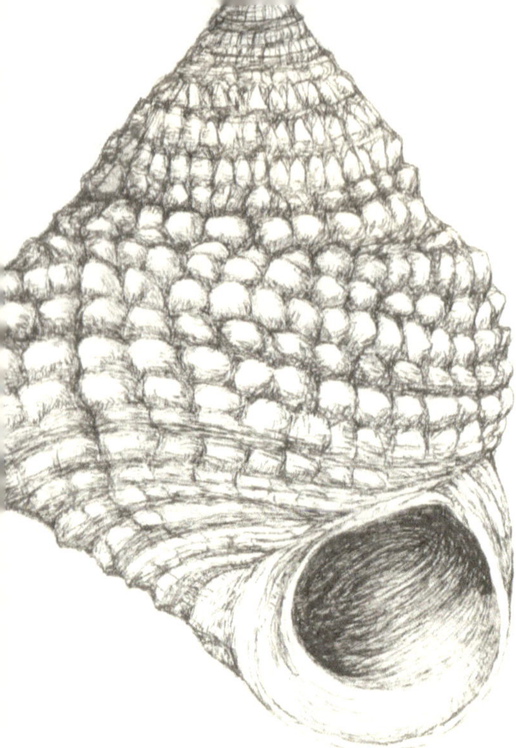

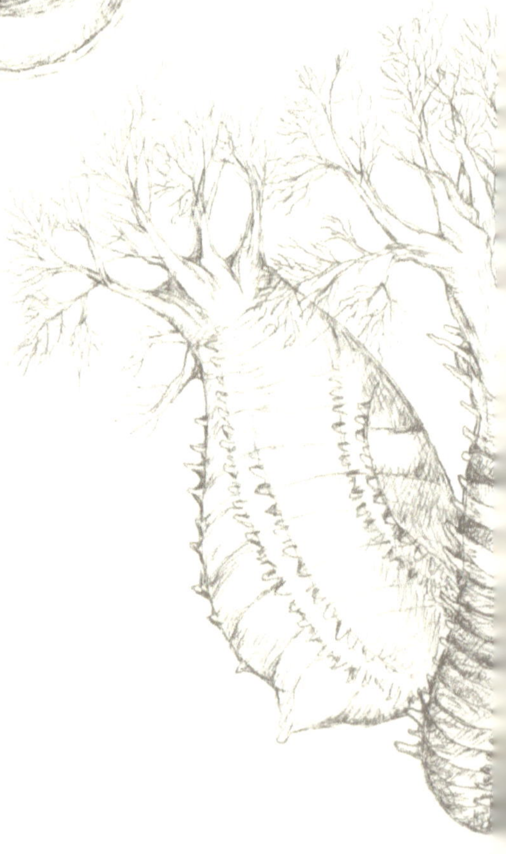

bughaw

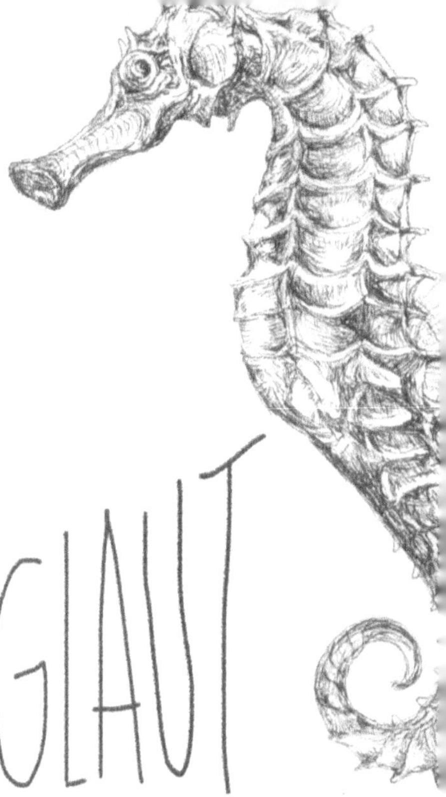

ASWANGLAUT

ALLAN N. DERAIN

Inilathala ng Bughaw

Tatak ang Bughaw ng
Ateneo de Manila University Press
Bellarmine Hall, ADMU Campus
Loyola Heights, Katipunan Avenue
Quezon City, Philippines
Tel.: (632) 8426-59-84 / Fax (632) 8426-59-09
E-mail: unipress@ateneo.edu
Website: www.ateneopress.org

Unang limbag 2021, ikalawang limbag 2022

Dibuho sa pabalat ni Allan Alberto N. Derain
Disenyo ng pabalat ni Julz Riddle
Disenyo ng aklat ni Paolo Tiausas

Mga guhit sa mga kabanata ni Allan Alberto N. Derain

The National Library of the Philippines CIP Data

Recommended entry:

Derain,Allan N.
Aswanglaut / Allan N. Derain. — Quezon City : Bughaw : Ateneo de Manila University Press, [2021].©2021.
pages , cm

ISBN 978-621-448-105-7 (Print)
ISBN 978-621-448-106-4 (PDF)

Horror tales — Filipino. 2. Folklore — Philippines. Title.

899.211308738 PL6058.9.D P120210018

Para kay Tet Maceda—mahal na guro at kaibigan.

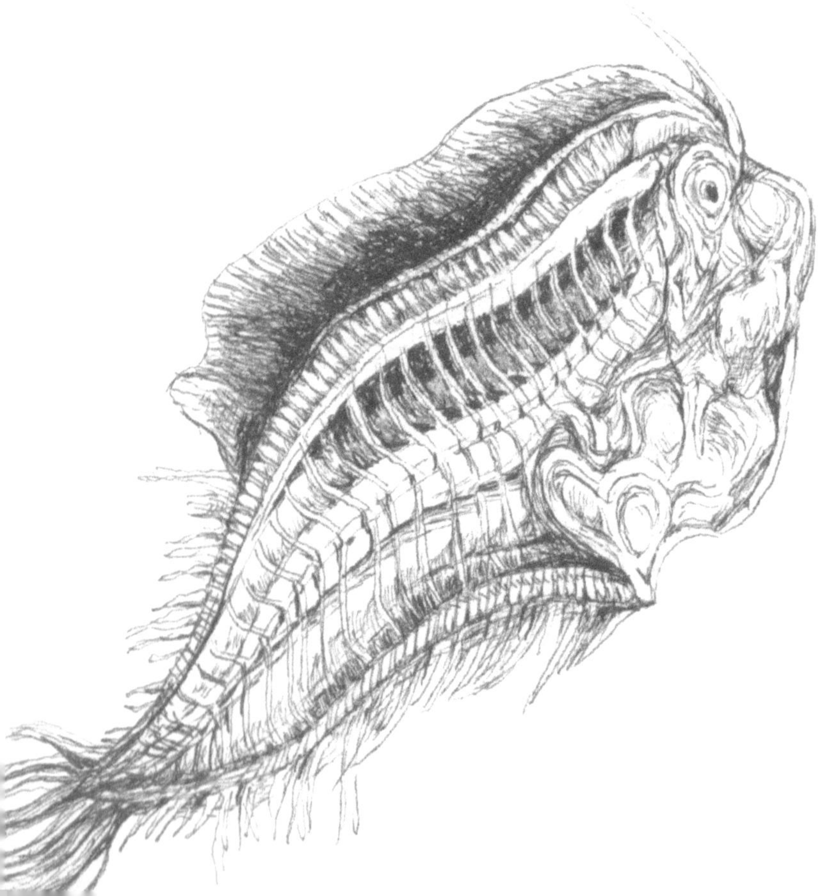

Nilalaman

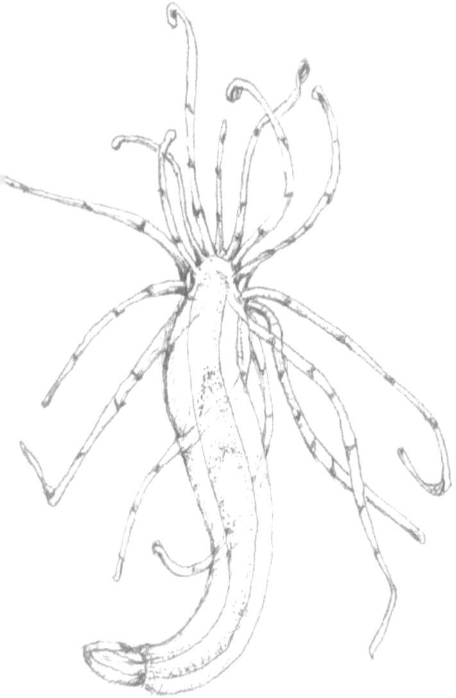

Manipesto

Kalayaan ng aswang lumipad kung siya'y nakalilipad at maglakad kung siya'y nakalalakad. Sapagkat may dalawang uri ng aswang: ang nakalilipad at nakalalakad. Di maaaring pilitin ang manananggal maglakad kung paanong di rin maaaring piliting lumipad ang isang naglalakad.

Sapagkat kailangan ng aswang maging malaya. Maging malaya sa mga gawaing administratibo at pangkomite, sa pagbabayad ng buwis, sa mga pabor, sa katabing naninigarilyo, sa talumpati ng politiko, sa mga puna ng kapitbahay, sa mga pader, sa mga paskil sa pader, sa pulang bolpen, sa pagbilog ng buwan, sa astrolohiya, sa paghuhugas ng pinggan, sa bayarin sa tubig at kuryente, sa simbahan, sa obligasyong pampamilya tulad ng pag-aalaga ng may sakit, sa batas, sa trapiko, sa mga manipestong kagaya nito, sa merkado, sa mga anibersaryo, sa kapwa tao, sa kapwa aswang, sa sariling katawan, sa kalendaryo, sa agham. Ang tunay na aswang ay malayang aswang.

Hati ang katawan pero hindi kailangang hati rin ang isip at kalooban. Ngunit ano kung may mga pagkakahati sa loob at labas? Sapagkat maluwalhating tinatanggap ng aswang maging ang multiplikasyon ng sarili lalo na't kung ang tilad-tilad na mga bahagi ng sariling ito'y maisasaboy sa hangin at maipadadala sa malalayong dako para magdulot ng higit na pag-iisa ng sarili at mundo.

Magdasal. Sapagkat ang dasal at kulam ay iisa. Iisa sa wika at bisa. Iniuukol ng aswang ang kanyang dasal sa yawa na tinatawag ding demonyo. Ang demonyo na walang iba kundi ang bathalang kambal ng sarili.

Ang anting-anting na nasa loob ng katawan, na tanging dahilan kung bakit aswang ang aswang, ay pinalalago at inaalagaang parang halaman. Dinidiligan ito hindi lang ng dugo kundi ng mga dasal. Mga dasal na binubuo ng mga talinghagang inaarok kapwa ng isip at sikmura.

Amoy pandan ang sanggol na bagong silang at amoy bukayo naman ang matandang malalagutan ng hininga. Dahil ang buhay ay pagkain, matatagpuan ang tunay na pananagana sa gitna ng mga buhay na paparating at buhay na mamamaalam. Ang lipunan ng mga buhay kung saan nakikipamuhay ang aswang ang kamalig din na kaniyang imbakan.

Hindi lahat ng gabi ay tungkol sa pagkuha ng buhay. May mga gabi rin para sa karaw na tawag sa pananakot ng mga batang inaabot ng dilim sa lansangan. May mga gabing nakalaan lang sa pagbisita sa mga palaisdaan para mangapa ng bangus na iuulam. At may mga gabi rin para sa sama-samang pagtunganga sa buwan habang tahimik na nagpapaligsahan kung sinong aswang ang makatatagal sa pagtitig dito nang hindi kumukurap ang mata hanggang mauwi ang lahat sa panggigilid ng luha.

Nasa puso ang anyo. Dahil ang esensya ng katawan, kung may esensya man itong matatawag, ay nasa pagbabanyuhay. Maaaring magsapusa, magsaalitaptap, magsalangka, o magsapuno ng kaimito ang isang madulas na aswang. At sa matagumpay na transpormasyon, laging isinasapuso ang pagiging pusa, alitaptap, langka, at kaimito.

Sa dakong pinakamadilim madalas nahahanap ang katotohanan.

Ang tunay na aswang ay hindi nagpapaliwanag ng kaniyang sarili. Alam niyang hindi siya kailangang maintindihan.

May pakinabang lang ang utak ng tao dahil ito'y kasing lambot ng bilo-bilo.

Sa kasaysayan ng tao, ang mga aswang ang salot na pinupuksa hanggang maubos. Ngunit sa kasaysayan ng ibang pagkanilalang, ang tao ang pinakamapanirang salot sa lahat ng anyo ng buhay, na pinakamabilis ding dumami at kumalat sa ibabaw ng mundo, na ang paghahari-harian sa mundo ay dapat nang wakasan sa pinakalalong madaling panahon.

Sa pagitan ng pagiging makatao at hindi makatao, naroon ang aswang upang laging ipaalala ang pagkakaiba ng dalawa. Ito ang dakilang layunin ng pagkakalalang na dapat gampanan ng bawat aswang sa lahat ng panig ng kapuluan at dapat din nilang ikarangal sa bawat sandali ng kanilang buhay.

1

Ang Magkapatid sa Simula ng Kuwento

UNA MUNA, kailangan sigurong ipaliwanag kung bakit hindi alamat ng unang aswang ang kuwento ni Luklak kahit pa isa itong "maalamat" na pag-iistorya tungkol sa henesis ng unang aswang. Bakit nga? Dahil aswang na si Luklak bago pa man siya naging aswang. Paano nagkaga-no'n? Paano maikukuwento nang malinaw kung paano siya nagsimulang maging aswang kung aswang na siya bago pa man nagsimula ang kuwento kung paano siya naging aswang?

Isa pa, hindi rin naman tumpak sabihing si Luklak ang unang aswang. Bago pa siya, may mga aswang nang nabanggit sa mga sinaunang salaysay na dapat bigyang pagkilala sa bahaging ito ng ating kuwento. Halimbawa na lang, ang datung bumihag sa balangay ni Labaw Donggon, itong si Datu Paglambuhan. Ayon sa *Hinilawod* (sugidanon ng Panay-Bukidnon na dapat mabasa ng mga kabataang Filipino kasama ng *Noli Me Tangere* at *El Filibusterismo*), isang tagubalbal si Datu Paglambuhan, isang aswang na kumakain ng laman ng tao, kaya abot hanggang kilikili ang mga patay na naghandusay sa kaniyang torogan. Ultimong si Humadapnon na pinakabida ng *Hinilawod*, panandalian ding naging aswang nang mabihag siya sa kuweba ng Tarangban at hindi na sana maibabalik sa pagiging tao kung di lang nagamot ni Nagmalitung Yawa.

Bukod pa riyan, nabanggit na rin ang magkapatid na Amburukay at Makabagting. Mga aswang din sila, ayon naman sa sugidanong *Tikum Kadlum*, mga malangga na kumakain ng lamangloob ng kanilang mga kalaban, hindi lang dahil masarap ito at nakabubusog para sa kanila, ngunit higit na mahalaga, dahil nasa lamangloob ang dungan ng mga kapwa mandirigmang sa tingin nila'y katapat nila sa husay at tapang. Dahil ang paglamon sa lamangloob ay paglamon sa dungan, at ang paglamon sa dungan ay pagpapalago ng kanilang gahum.

Sina Paglambuhan, Makabagting, at Amburukay—lahat sila mga aswang, at lahat din sila mga galing sa maharlikang angkan (kahit si Amburukay na isang babae ay itinuturing na maginoo). Ito ang sabi sa mga epiko (sugidanon) ng Panay-Bukidnon.

Ngunit ano nga ba ang mga epiko kundi kuwentong buhay ng matatayog na tao? Ng mga alta. Kaya kung nauna man ang pagiging aswang ni Luklak sa kanilang lahat, ang ibig lang nitong sabihin, nauna siya sa pagiging aswang sa hanay ng mga taong pangkaraniwan, na hanay ng mga uripon na naninilbihan sa kanilang mga maharlikang panginoon, na hanay rin ng mga karaniwang magsasaka at mangingisda, at hanay ng mga manggagawang arawan ang sweldo.

Hindi itinuring na Dakilang Mga Pakikihamok Na Dapat Isagunita Ng Mga Susunod Na Salin-lahi ang pang-araw-araw na buhay ng mga taong karaniwan. At dahil wala namang pagsasalaysay sa mga dakilang sinaunang panitikan (gaya ng mga epiko, awit, at korido) na sumubaybay sa pakikihamok ng mga pangkaraniwan kaya malabo rin ang larawan tungkol sa simula ng mga pangkaraniwan, kaya malabo rin ang ibig sabihin ng pagiging una kahit ang pagiging unang aswang.

Ganito nga siguro ang tadhana ng mga alamat: na nagtatangka itong magpalitaw ng katotohanan tungkol sa simula ng mga bagay-bagay ngunit sa huli, ang nagagawa lang nito'y ipakita na imposible ngang maisalaysay ang mga una at pinakasimula. Kung kaya ang alamat ay di lang alamat ng simula. Makatotohanan din kung sasabihing ang konsepto mismo natin ng simula ay isa nang alamat. Sa ganitong paraan, ang kuwento ni Luklak ay kapwa alamat at hindi alamat.

Problema ba talaga para sa mga aswang kung sino sa kanila ang nauna? Baka nga magkakamag-anak lang din ang mga iyan. Baka sila mismo magkagulatan kapag nalaman nilang sila-sila rin ang pinagtatalo sa paligsahan ng kung sinong pinakanauna't pinakamatanda. Sapagkat alam nilang sa loob ng kanilang angkan, hindi mahalaga ang edad. Baka naniniwala pa nga sila sa kasabihang "May mga nauunang nahuhuli, at may mga nahuhuling nauuna." Na kasabihang pinasikat sa Biblia.

Ngunit bilang mambabasa, batid nating ang maayos na naratibo ay nangangailangan ng maayos na simula. Upang maging maliwanag ang simula, dapat na maging maliwanag din ang pagkakaiba ng dati sa ngayon. Na sa kaso ni Luklak, ang pagkakaiba ng pagiging hindi aswang (ang dati) sa pagiging aswang (ang ngayon). Pero hindi ganoon kasimple ang pagkakasunod ng mga pangyayari sa buhay ng kinse anyos na dalagita.

Ganito iyon: bago pa nayanggaw si Luklak, may ginawa na siya sa kaniyang buhay na tanging aswang lang ang makagagawa. Kaya nga mapaghihinalaan kung talaga nga bang tao ang babaeng ito o may hibo na ng pagiging di-tao sa simula pa lang.

Isang gabing hugis alimango ang buwan (na huling baitang bago mangyari ang ganap na pagbilog), doon sa tabing-ilog matatagpuang nag-iihaw siya ng palos na tinatawag ding igat sa Bisaya, na tinatawag ding sili o kasili sa kanilang lugar. May tatlong talampakan ang haba ng igat na gabraso ang laki at lapad. Malayo sa kanilang bahay ang pook kung saan siya nag-iihaw dahil ayaw niyang malaman ng kaniyang tatay ang kaniyang ginawa dito sa igat, na sa mga sinaunang kuwento'y sinasabing alaga raw ng mga diwata kaya hindi dapat galawin kaya mas lalo nang hindi dapat ihawin at kainin. Sa Cordillera, kasili ang tawag dito na sinasabing isinugo ng isang mahiganting diyos upang barahan ang daloy ng ilog para lumikha ng malaking baha na gugunaw sa buong mundo. Sinasabi rin sa mga lumang kuwento ng Cordillera na naninirahan ang mga hayop na ito sa pinakailalim ng lupa at sila ang kumikiskis sa mga haligi ng mundo para lumikha ng lindol. Mga buwisit na kasili. At heto ang isa sa kanila: nakatuhog sa kinayas na sanga ng kahoy habang isinusugba sa maningas na baga. Dahil malayo ang Cordillera sa Panay kung saan naninirahan si Luklak kaya hindi niya nalalaman ang kasaysayang pinagdaanan ng kaniyang iniihaw. At sino ang maaaring magsalaysay sa kaniya?

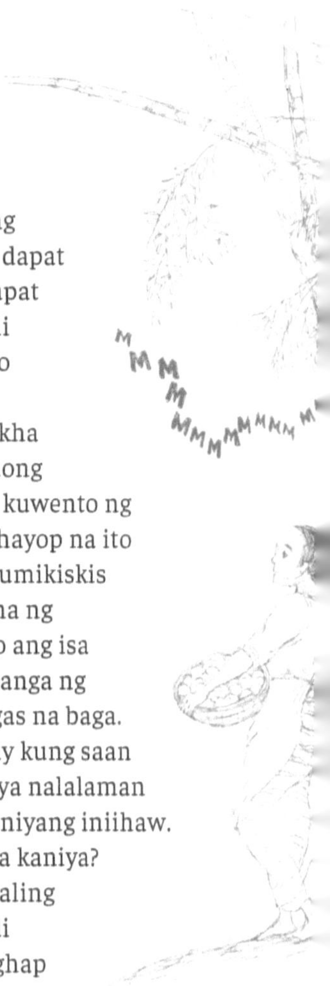

Mag-isa lang siya nang mga sandaling iyon. Solong-solo ang igat. Pero hindi ang amoy nito. Naglalakbay ang langhap ng sinusugbang kasili patungo sa kalapit

Kasama ko sila. Hindi sila nakikita ng iba pero nakikita ko sila kahit saan ako lumiko at magpunta. Kung paanong nakikita ko rin ang aking mga kapitbahay. Dahil 'yon naman talaga sila. Mga kapitbahay. Narito lang din sa mundong ito ang mundo nila. Di ko nga lang tiyak kung nakikita rin nila ako.

na gubat. Sari-saring mga ilong ng mga sari-saring nilalang ang naantig doon. Naamoy ito ng mga usa, baboyramo, alamid, palaka, bayawak, ahas, at ibon, kapwa ng mga gising at ng mga biglang nagising. Naamoy rin ito ng mga halaman, damo, at puno dahil tulad natin, may sarili rin silang hininga. At siyempre, natawag din ang pansin ng mga nilalang na ibang-iba sa ating mga tao ang kayarian ng hininga kaya ang tawag sa kanila ng matatanda ay "laing ginhawa," na tinatawag ding "dili ingon nato" o "lupan-on" o mga lamanglupa na naninirahan hindi malayo sa ating mga tinitirhan. At paanong makalulusot sa kanila ang amoy na ito?

Nagambala sa kanilang pananahimik ang mga tamawo. Itong mga tamawong mahihilig mang-akit ng mga tao kaya nagpapakita sa anyong matikas na binata o di kaya'y maalindog na dalaga.

Nagsilabas sa kanilang mga lungga ang mga murokpok. Itong mga tila maiitim at maliliit na taong kulot-kulot ang buhok. Suot ang kanilang mapupulang bandana at bitbit ang kanilang mga pana,

Pero kitang-kita ko sila. Malinaw ang aking mata.

sibat, at pangbambo, gumagala ang mga nilalang na ito sa masusukal na lugar para mamana at manghambalos ng sinumang masasalubong. Diretso sa Madyaas na lugar ng mga patay ang mapupukpok ng mga murokpok.

Nabuhay ang pagkaganid ng mga muwa na laging nakikipag-unahan sa mga magsasaka sa pag-ani sa mga palay na hindi sila ang nagtanim. Mga magnanakaw ng palay at kamote. Nagtatago ng mga makakain sa sarili nilang mga kamalig na sila lang din ang tanging nakaaalam kung saan matatagpuan.

Natuliro ang mga bawa na may labing laging bibitin-bitin na kasinglapad ng sarili nilang mukha. Nahihiya kaya silang lumitaw sa ganitong itsura kung kaya magsasahayop muna bago sila magpakita? O hindi tinatablan ng kahit anong hiya ang mga bawa at kaya nag-aanyong hayop ay para nga lalo pang maitanghal ang kanilang kawalan ng hiya? Mga walang hiya sila.

Sa isang pambihirang pagkakataon, nagsama-sama ang mga lamanglupang ito sa pagtunton sa masarap na samyo. Ipinagsama pa nila ang kanilang mga alagang lolid, tibsukan, at tulayhang na pawang mga baboy-babuyang may mahahabang mga nguso habang ang iba nama'y hindi nalalayo ang itsura sa bagong silang na tuta. Mula sa ilalim ng lupa na tirahan ng mga hayup-hayupang ito, ipinagsama ng mga ingkantu ang kani-kanilang mga ala-alaga para tulungan silang hanapin nang mabilis ang pinanggalingan ng amoy bago pa ito tuluyang matunaw sa hangin. Itong amoy na gumambala sa kanilang pananahimik.

Karaniwan na sa kanila ang amoy ng palos. Pero may naamoy sila sa isang ito na hindi pa nila naaamoy sa ibang mga inihaw na palos, o kahit sa ibang lamangdagat. Dahil ang naaamoy nila ay di lang laman ng lamangdagat kundi samyo na mas malapit pa sa iniihaw na laman ng murang buko na sa kanilang sariling mga pang-amoy ay amoy din ng bagong silang na sanggol na para sa kanila ay di nalalayo sa amoy ng bangkay na halos ilang segundo pa lang na nababawian ng buhay. Bagamat ang amoy ng sariwang bangkay ay mas malapit-lapit pa sa pandan kaysa inihaw na buko kaya ang amoy ng sanggol at ang amoy ng sariwang bangkay ay magkaiba bagamat magkapatid na amoy para sa mga nilalang na ito na iba nga sa ating mga tao ang kayarian ng hininga.

Nang dumating sa kanila ang kakaibang langhap, walang alinlangan din ang pagdating ng mga alaalang dala ng samyo nito. Ito ang alaala ng mga una nilang alaala. Ng mga panahong hindi pa sila naiwawaksi mula sa dati nilang siyudad sa tuktok ng Kanlaon. Ng panahong kasama pa nila sa iisang tahanan ang mga diwata. Ngunit paano itong nagagawa sa kanila ng isang amoy? Nitong mahiwagang samyo ng mahiwagang inihaw na igat?

Tahimik silang nagsilapit sa dalagitang mag-isang nag-iihaw sa may tabing-ilog. Dahil walang paa ang mga baboy-babuyang lolid kaya gumulong silang parang mga bola para lang makasunod sa kanilang mga amo. Mga ilang hakbang pa ang layo nila sa nagniningas na baga nang sama-sama silang magsiupo sa mga batuhan para tunghayan ang nagaganap na pag-iihaw. Minsan lang mangyari na nagpipisan sa iisang lugar ang mga ingkantu, na ang sentro pa ng kanilang pagpipisan ay isang tao.

"Hoy bata, saan galing ang iniihaw mo?" sabik na tanong ng isang muwa na nangangapa-ngapa sa umpisa kung paano muling gagamit ng lengguwahe ng tao.

"Galing sa nanay ko," sagot ni Luklak habang tuloy-tuloy sa pag-iintindi sa apoy na unti-unting binabawasan ang ningas para hindi masunog ang niluluto. "Iniluwal ng nanay ko."

Hindi agad nakahuma ang muwa. Balak pa sana nitong itanong kung saan ito nabili o nahuli ng ina ng bata pero pinatahimik na lang ito ng sariling pagkagitla.

"Magkapatid pala kayo," ang nasabi na lang nito nang mahimasmasan sa narinig. Inakala kasi nitong siya na ang magiging tagapagsalita para sa mga kapwa muwa at sa lahat ng mga ingkantung nangagkatipon doon bilang pinakamahusay gumamit ng wika ng tao ayon sa pagkakabatid nito sa sariling kakayahan. At sa batang nag-iihaw ng sariling kapatid, kinakailangan nga nila ng isang kinatawang magiging tagapagsalita; kaya may kailangan siyang sabihin dito kahit paano, kahit na ano, hanggang sa makuha ang totoong sadya.

"Paano naman nagkaroon ng anak na igat ang nanay mo?" tanong muli ng muwa.

Bilang tugon, ikukuwento sana ni Luklak kung paano niya nakitang nagtutungo sa may bakawan ang kaniyang ina tuwing gabi habang nagbabantay ang ama sa balwarte sa may pampang. Gusto niyang alamin kung anong meron sa bakawan bakit ito pinupuntahan ng kaniyang ina halos gabi-gabi. Dahil minsan, nahuli niya itong umuwi ng bahay na nakatapis lang at wala ang sayang pang-ibaba. Pero takot siyang mag-usisa. Takot din siyang sundan ang ina sa pinupuntahan nito. Takot siyang mahuli at maparusahan. Masama sa bata ang masyadong maraming alam lalo na't tungkol sa mga lihim na ginagawa ng kanilang mga magulang. Kaya sinabi niya sa ama ang nakikita niyang gawain ng ina para ito ang umalam para sa kanilang dalawa.

Kaya naguluhan siya nang isang araw, bigla na lang iniharap ng kaniyang ama ang asawa sa mga parangkuton na nagpapatupad ng kanilang mga batas. Isinakdal nito ang asawa sa salang pakikiapid. Matinding kasalanan ito sang-ayon sa mga parangkuton. Kaya nang iniharap ang kaniyang ina sa matatanda, kinagalitan ng mga ito ang kaniyang ina. Ipinamukha kung gaano ito kasama. Ipinagdiinan dito kung gaano kalaki ang naging kasalanan. Itinulad pa sa mga babaeng talipandas sa kanilang mga sinaunang kuwento. Mga babaeng gaya ni Lupluban na asawa ni Pandaguan, at ni Kapinangan na asawa naman ni Datu Sumakwel.

Dumating sa pagdinig ng kaso ang mga kamag-anak ng kaniyang ama subalit walang dumating na kahit isang kaanak sa panig ng kaniyang ina. Iyak nang iyak ang kaniyang lola. Pero hindi ito nagsabi ng kahit anong masakit na salita laban sa kaniyang ina. Samantala, bukod sa walang kamag-anak na dumating, wala ring kahit sinong nagsilbing managhusay ang ina. Kaya naman natapos agad ang paglilitis, narating ang hatol nang walang kahirap-hirap. Parusang kamatayan ang iginawad sa kaniyang ina. Tatalian ng malalaking tipak ng bato ang mga braso at binti nito at itatapon ito sa malalim na bahagi ng dagat.

Hindi pa ito sa ngayon maiintindihan ni Luklak. Pero balang araw, pag naabot na niya ang tamang gulang, mauunawaan niyang matagal nang walang nahahatulan ng kamatayan sa kanilang lugar. Pinakamabigat nang parusa ang pagpapalayas mula sa kanilang banwa. Hanggang dito lang ang puwedeng ihatol ng mga parangkuton kahit sa isang anak na nanakit at pumatay sa sarili nitong magulang. Nagsimula ito nang bumaba sila galing bundok para magpasakop sa gobyerno. Ang gobyernong sumasaklaw na ngayon sa kanilang mga paniniwala, gawi, at batas ang tangi nang may karapatang magpataw ng parusang kamatayan. Dahil dito kaya nawalan ng pangil ang kanilang sariling hukuman. Napilayan sila nang husto pagdating sa pagpapatupad ng kanilang bersyon ng katarungan. Dahil din dito, marami sa kanilang mga kababayan ang hindi na naniniwala sa kanilang batas. Hindi na natatakot lumabag dito. Lalong nawalan ng tiwala ang mga tao nang dumating ang gobernadorsilyo sa kanilang pook kasama ang maraming kawal na sundalo para humugot ng mga lalaking maaaring dalhin sa mga pagawaan ng barko sa Cavite. At isang linggo lang ang nakaraan matapos agawin sa kanila ang kanilang mga ama, tiyuhin, kuya, bana, at kasintahan, nang hinatulan ng kamatayan ang ina ni Luklak. Para iparamdam sa mga taong hindi pa rin lipas ang katotohanan ng kanilang mga gawi, batas, at paniniwala sa kabila ng kanilang pagpapasakop sa gobyernong hindi kanila. Isang napapanahong galaw sa parte ng mga parangkuton dahil kasabay nito umani rin ng ngitngit ng maraming tao ang pakikiapid ng ina ni Luklak. Ang pagkitil sa talipandas na babae ang nagsilbing pampalubag-loob sa nangyari sa mga lalaki ng kani-kanilang mga tahanan.

Nagtaka si Luklak kung bakit hindi man lang nagtanggol ang ina sa sarili nito. Hindi man lang tumutol. Ang kaniyang inang nagturo sa kaniya kung paanong dapat kumilos ang dalagitang tulad niya sa harap ng mga lalaki—huwag munang kikibo kung hindi kinakausap, huwag tatawa nang ubod ng lakas, huwag ipakikita ang mga ngipin kung ngingiti lalo't kung hindi pa ito nakukulayan, lumakad nang banayad gamit ang maliliit na hakbang, huwag makikipag-unahan sa dulang, sumubo nang pakaunti-kaunti. Ang ina niyang pinakamabuting uliran ng sarili nitong mga aral, kusa na lang tinanggap ang mahalay na bintang ng ama. Kaya hindi niya maiwasang isiping baka totoo ngang may itinatago ang kaniyang ina doon sa bakawan. Baka nga iyon ang ipinupunta nito roon halos gabi-gabi at nang nahuli ito ng asawa, huling-huli ito sa akto kaya hinding-hindi na rin nakapagkaila.

Dayo galing pang Mambulao ang kaniyang ina kaya wala itong mga kaanak sa kanilang banwa na maaaring dumalo sa paglilitis at magtulong-tulong para matubos ang buhay nito. Hindi rin nakialam ang padre ng simbahan sa pasya ng mga parangkuton. Galit din kasi ito sa mga babaeng haliparot at ayon nga sa sermon nito nang linggong iyon na kumalat ang balita tungkol sa hatol sa kaniyang ina, kung ang padre lang ang masusunod, hindi lang lunod sa dagat ang aabutin ng haliparot na ginang kundi diretso nang pagkabulid sa dagat-dagatang apoy ng impiyerno.

Ngunit ang masaklap pa, hindi lang ang nanay niya ang mapapasadagat-dagatang apoy ng impiyerno matapos lunurin sa tunay na dagat. Parehong pinatawan ng kamatayan ang ina niya kasama ang sanggol na dinadala na bunga ng krimen nito. Na maluwat ding tinanggap ng kaniyang ina. Kahit pa totoong may laman na nga ang tiyan nito nang iharap sa mga parangkuton. May kaisa-isa lang itong hiling sa pagpanaw at iyon ay ang maisilang muna ang dinadala. Na parang humihingi ito ng kahit kaunti pang oras, hindi lang para magsilang kundi para na rin mabuhay.

Dahil sinong nakaaalam? Baka nga ang kailangan lang ng kaniyang ina ay kaunti pang oras. At sa paglipas ng kaunting oras na iyon, baka sakaling lumambot ang puso ng kaniyang ama at magkaroon ng pag-asang mapatawad ang kaniyang ina. Pinagbigyan ng matatanda ang hiling ng kaniyang ina.

Pero matapos magreklamo sa mga parangkuton, sumunod na inareglo ng kaniyang ama ang pakikipag-hiwalay nito sa asawa. Kaya hindi na mag-asawa ang kaniyang mga magulang kahit pa magkasamang tumitira sa iisang bahay. Dahil buntis at dahil walang ibang bahay na kukupkop kaya lang natiis ng ama na huwag palayasin ang asawa.

Habang ipinagbubuntis ng kaniyang nanay ang sanggol na kaniya sanang magiging kapatid, walang kahit anong ritwal sa paglilihing ipinagawa ang kaniyang ama. Nang mag-iikaapat na buwan na sa pagbubuntis ang kaniyang ina, ni hindi ito binigyan ng patalagket. Ito sana ang pinakatamang panahon ng pagbibigay ng unang ritwal para sa ipinagbubuntis, ng ritwal na magpapakilala sa sanggol sa mga anito ng kanilang angkan. Ngunit hindi raw ito kailangan, sabi ng kaniyang ama. Dahil hindi naman kikilalanin ng kanilang mga anito ang sanggol na ito dahil ito'y hindi naman nila kaanak, hindi nila kadugo. Kaya walang makikilalang mga anito ang sanggol na ito dito sa mundo at sa kabilang mundo. Dahil dito, kapag ito'y namatay na, wala rin itong kikilalaning kamag-anak mula sa mga buhay. Kaya magbabalik ito bilang isang patiyanak, na isang mabalasik na maligno, na maghahanap ng mga buntis na sasaktan. Dahil layon nitong pahirapan ang mga nagbubuntis kung paanong nahirapan din ang sarili nitong ina sa pagbubuntis. Magbabalik din ang sarili nitong ina buhat sa mga patay para tulungan ang naghihiganting anak, at magkatuwang silang mananakit ng mga nagbubuntis at ng mga batang isisilang pa lang. Ang mag-inang patiyanak na ito ang magiging dahilan ng mga buntis na makukunan sa kanilang lugar pag dating ng panahon.

Marahil, natanggap na rin ng kaniyang ama ang ganitong kapalaran para sa kaniyang magiging mag-ina. Natanggap ito ng ama hindi dahil sa mahina ito at walang kaya o dahil sa wala itong pakialam. Natanggap ito ng ama dahil sa sobrang sama ng loob. Ang pagtanggap na ito marahil ang totoong parusa ng kaniyang ama sa kaniyang ina at sa dinadala nitong sanggol.

Ngunit sa gabi, nakikita niyang lumalabas ng bahay ang kaniyang ina. Bagamat hindi ito lumalayo. Nakatayo lang ito habang hinihimas-himas ang lumalaking tiyan, nakatalikod sa kanilang bahay at nakaharap sa dako kung saan naroon ang bakawan. Nagsasagawa marahil ng sarili nitong ritwal.

Nang araw na ilabas ng kaniyang ina ang dinadalang sanggol, wala sa bahay ang kaniyang ama. Kaya sa hilot na lang nito nalaman ang balitang gumulantang sa lahat.

Na isang igat ang inire ng asawa. Hindi isang kalahating sanggol-kalahating igat na nilalang kundi isang igat mula ulo hanggang dulo ng buntot nito. Hindi rin isang sanggol na igat kundi isang igat na may husto nang laki at tila handa nang maibalik sa karagatan na pinanggalingan kung sakaling doon nga ito nakuha ng kaniyang ina.

Nabagabag ang mga tao sa kanilang lugar. Lalong uminit ang mga usap-usapan tungkol sa kung ano talaga ang naganap doon sa bakawan. May mga nagbigay ng kanilang haka na baka hindi tao ang kinakatagpo ng kaniyang ina kaya nagbunga ng gano'n ang pakikipag-ulayaw nito sa estrangherong itinatago ng bakawan. Hindi raw kaya nabinhian ang kaniyang ina ng agtang bantay ng bakawan? Hindi raw kaya yawa ang kalaguyo ng kaniyang ina na gaya ng kuwento sa kanila noon ng paring misyonero tungkol sa mga daitan na tawag nito sa mga babaylan na nakikipagtagpo kay Satanas sa ilalim ng punong nunok? Na sa kanilang pagtitipon sa lilim ng punong iyon bilang mga babaeng pariwara, dumadating ang mangingibg na hinihintay ng mga ito sa anyo ng isang higanteng ahas. At pumapayag ang mga daitan sa kahit anong kalaswaang ipagawa sa kanila ng malaking ahas dahil kapalit nito ang makapangyarihang langis na tinatawag na dalungdung, ngunit sa katotohanan, ang tinatanggap pala nila'y walang iba kundi semilya ng demonyo.

Kani-kaniya ng paniwala ang mga tao sa kanilang lugar. Para sa kaniyang ama, lalo lang napagtibay ng pangyayaring ito ang paniniwalang hindi nga nito anak ang isinilang ng dating maybahay.

Anuman ang paliwanag kung paano lumabas ang igat sa puwerta ng nanay niya, ito'y kailangan ding mamatay kasama ng nagluwal dito. At gano'n nga ang nangyari. Naganap ang pagpaparusa gaya ng utos ng mga parangkuton nang walang kahit anong aberya. Nahirapan lang sila nang kaunti kung paano lulunurin ang isang igat ngunit nagawan din naman nila ito ng paraan sa huli.

Nang sumunod na araw, ang mga parangkuton naman ang pinaghuhuli ng mga guwardiya sibil. Dinala sila sa kulungan at hindi pa pinalalabas hanggang sa kasalukuyan.

Ito ang buong kuwento ng lamangdagat niyang kapatid na iniihaw niya ngayon. Pero nag-alangan si Luklak na ikuwento pa ito nang buo sa mga usyosong nakapaligid sa kaniya. Hindi niya kasi alam kung maiintindihan ba nila ito kung sakali mang ikuwento pa niya. Kaya ang naisagot na lang niya sa tanong ng muwa kung bakit nagkaanak ng igat ang nanay niya, "Igat din kasi ang nanay ko."

Sapat na ang sagot na iyon para maunawaan ng mga ingkantu bakit kakaiba ang amoy nitong inihaw. Pagkaunawang lalo nilang ikinatakam.

"Ano ngayon ang balak mong gawin diyan?" tanong muli ng muwa. "Hindi ba nito balak ilibing ang kapatid?" ang gusto talaga nitong itanong.

"Sisinupin ko," sagot ng dalagita. Sa unang pagkakataon, niligid niya ng tingin ang mga di-kilalang bisita na nagpapaulan sa kaniya ng kung ano-anong mga tanong.

Noon niya napansin ang dami ng mga biik sa paligid. Maiitim ang balahibo na tumutubong parang dangkal-dangkal na maninipis na talahib. Bilugan ang katawan ng mga ito, na nakadugtong sa matutulis at mahahaba nilang nguso na parang tuka ng ibon. Kasama ng mga biik ang kani-kanilang mga amo. May dumating bilang pulubi, na tamawong mahilig sa madamdaming pagpupustura ng sarili; may dumating bilang tandang; may nagsa-aso, pusa, baboyramo, at tuko, at may ilan na nakayang gawin ang anyo ng parehong pagiging hayop at pagiging pulubi (pulubing hayop o hayop na pulubi) na kung hindi nagmula sa matapang na paghaharaya ay malamang na bunga lang ng simpleng kalituhan sa pagbabanyuhay.

Ang mga muwa, na dahil kasintaas ng puno ang ilan ay madali ngang nakapag-anyong mga punong may malalapad at makakapal na lilim, mga sanga at sariling sukal na ginagamit pangharang upang ang amoy ng igat ay di na lalo pang kumalat at di na magtawag ng kung sino-sino pang galing sa gubat na magsisirating para makiusyoso.

Ilan lang ang naglakas-loob na magpakita sa tunay nilang anyo kahit na hindi naman halos maipag-iiba sa mga bato at halaman ang mga anyong ito na walang halong pagbabalatkayo. May ilang ang kawangis ay kabute at luya ngunit hindi basta kabute at hindi basta luya kundi demonikong kabute at malignong luya. May nagbalabal ng halamang pakô. May nagputong sa sariling ulo ng malapad na dahon ng gabi. May nag-alahas ng mga salaginto, salagubang, at alitaptap na palamuti.

Kung tatanungin anong pagkakaiba ngayon ng mga ingkantung nagsahayop sa kanilang mga alagang malahayup, ng isang nagsababoy sa kaniyang alagang baboy-babuyan, ganito iyon: ang tibsukan sa tunay nitong anyo bilang baboy-babuyan ay malababoy o tila baboy pero alam ng magaling tumingin na may mga bahaging hindi ayon sa anyo ng tunay na baboy. Samantala ang kanilang among nagbalatkayong baboy ay mukha talagang baboy hanggang sa pinakahuling hibla ng balahibo nito. Ngunit kapag ipinagtabi na ang mga alaga sa kanilang mga amo, ang mga baboy-babuyan sa mga malababoy, mga pagkakaiba itong hindi mata kundi isip na lang ang nakasasapol.

Bukod dito, walang mga aninong nakasunod o nakatabi sa kanila, sa kanila na ibig sabihin ay kapwa amo at alaga. Wala silang mga aninong nalilikha sa tama ng sinag ng buwan. Lalo pang nailalantad ang ganitong kawalan habang lumalapit sila unti-unti sa liwanag ng apoy. Sa kabila nito, may hindi natural na kintab ang kanilang mga katawan na tila nagmumula hindi sa buwan o apoy (dahil hindi maibibigay ng liwanag ng buwan at apoy ang ganitong kintab) kundi sa mismo nilang mga katawan. Marahil, dahil ang mga katawan nila noong unang panahon ay nagmula sa bulawan o yari sa bulawan kaya ang kinang na inilalabas nila ay labí (o labis) ng kanilang matagal nang nakaraan. Dumating sila sa tagpong iyon na parang mga pigurang ginupit mula sa ibang dakong higit na maliwanag at higit na mapusyaw ang rehistro ng mga bagay-bagay saka ipinatong at idinikit sa madilim na dakong iyon na kinaroroonan ni Luklak. Kaya may mga kasama ang dalagita ngunit tila wala rin siyang kasama. Bagamat naramdaman niya ang paglapit ng mga ito nang manindig ang kaniyang balahibo sa batok.

May apoy na tumatalsik-talsik sa kaniyang mga mata. Itong mga mata ng dalagita na parang butas ng kabibeng nilalabasan ng nakikitirang umang. Nag-aapoy ngayon ang mga umang. Dumungaw ang mga ito para sinuhin ang mga nakapaligid at magbigay ng babala. Panghimasukan na nilang lahat, huwag lang itong igat na kaniyang iniihaw. Sapagkat hindi niya naibigan itong muwang tanong nang tanong tungkol sa kaniyang magiging hapunan.

Kaya makaraang sagutin ang huli nitong tanong, hindi na uli siya nagsalita. Hindi na nagdagdag ng paliwanag sa kaniyang sagot na "sisinupin ko." Kung paanong sinop ang gusto nitong gawin sa bangkay ng kapatid.

Nang tunguhin niya kanina ang tuktok ng burol kung saan nakalibing ang igat, alam na alam na niya sa kaniyang sarili kung anong gagawin dito. Lalo pang tumitibay ang kaniyang kasiguraduhan nang habang umaakyat sa burol, may naririnig siyang tawag na dala ng hangin, itong tinig na tumawag sa kaniya bago pa man niya simulan ang pag-akyat sa burol. Tila tinig ng alimokon na kalapating damong may pulang pahid ng dugo sa dibdib. Ang tinig na ito ang nagsimula ng lahat.

"Korokoro," ang narinig niyang huni na sinasabing parang huni ng malayong bagyong paparating buhat sa laut. Sa ganitong paraan siya sinimulang kausapin ng kaniyang taghuy. Ang sabi ng matatanda, babala galing sa mga diwata ang huni ng ibong ito. Mensahero itong isinusugo upang magpahiwatig sa mandirigmang bayani na huwag nang tumuloy sa pakikidigma dahil kamatayan ang naghihintay sa pook na paglalabanan. O kung minsan naman, hinahalina ng tawag nito ang bayaning maglakbay. Maglakbay sa halip na manatiling ligtas sa bahay. Mangibang bayan tungo sa mga pakikipagsapalaran sa paghahanap ng bagong mapapangasawa, ng bagong lupain, ng bagong buhay. Ang sabi ng matatanda sa kanilang lugar, sa duwindi nagmumula ang tinig na ito. Ang duwindi na tinatawag din nilang taghuy sa kanilang mga kuwento. May taghuy na laging gumagabay sa mga pinagpapala ng mga diwata. Isang duwindi ang tumawag noon kay Humadapnon para maglakbay at hanapin si Nagmalitung Yawa. Ang duwinding iyon ang gabay ng magiting na datu. Iyon ang kaniyang taghuy at si Nagmalitung Yawa ang kaniyang sukid, ang kaniyang palad.

Ang igat na inakyat pa ni Luklak sa tuktok ng burol sa utos ng kaniyang taghuy, iyon ang kaniyang sukid. Ang kaniyang palad. At ito'y kaniya lamang. Hindi niya maaaring ibahagi sa iba. Ito ang sabi sa kaniya ng mahiwagang huni.

Pagkarating sa burol, kahit madilim ay agad niyang nahanap ang libingan ng kapatid, kung tama mang tawagin niya itong kapatid. Nasaksihan niya kung paano ito inilibing sa pook na iyon. Nasaksihan niya nang ibaon ito ng kaniyang ama sa lupa.

Bago ang naturang libing, dumating ang matandang babaylan na matagal nang hindi nagpapakita sa kanilang lugar. Wala na sanang kung ano-ano pang mga alay at dasal ang nais isagawa ng kaniyang ama. Gusto na lang nitong maibaon sa lupa ang kanilang mga patay. Pero nahiya ito sa matandang babaylan kaya hinayaan na lang nitong isagawa kahit man lang ang pukaw na ritwal sa paghahanda sa patay. Dahil maglalakbay ang patay patungong Madyaas kaya kailangan itong maihanda sa pagpalaut.

Noon lamang niya nakita nang malapitan ang matandang babaylan. Habang hawak-hawak nito ang bao ng niyog na may lamang maningas na baga, agad na bumighani sa kaniyang pansin ang mga guhit na batok sa katawan ng matanda. Na tila konstelasyon ng mga bituing nagsasanga at umiikot mula kamay hanggang braso. Narinig na niya noon ang kuwento na sa isang bumagsak na bituin nagmula ang kakayahan ng dakilang babaylan. Sa isang bituing bumagsak sa malalim na parte ng dagat, na sa panahon ng kabataan nito ay sinisid nito at inagaw buhat sa mga tubignon.

Nagsunog ng kamanyang ang matandang babaylan gamit ang baga na nasa bao ng niyog. Hinilingan silang lahat na manahimik para makinig sa butiki. Dahil ang butiki ang magsasalita sa kanilang lahat para sa patay. Kung walang butiking magpaparinig, ibig sabihin, wala nang gustong sabihin pa ang patay. Mapayapa na itong makapaglalakbay patungong kabilang buhay.

Ilang sandali pa ang lumipas nang sumabay sa hihip ng nagdaraang hangin ang pag-ik-ik ng isang butiking tila naligaw kundi man nakikiraan lang sa tagpong iyon. Ngunit di lang isang butiki ang nagparamdam sa kanila. Sinabayan ito ng isa pa at ng isa pa. Hanggang sa nagsabayang huni ang mga butiking nakatira sa kanilang bubong. Sabay-sabay at sunod-sunod na mga paghalutiktik. Nakitaghuy rin ang mag-asawang tuko na nasa puno ng himbalod sa di kalayuan. Pati ang insektong agangis na nakatira naman sa punong saging, nakitangis din, palibhasa ang huni nito'y di na rin nalalayo sa huni ng butiki bagamat higit na malapit sa ipis ang anyo. Nalito ang matandang babaylan kung paano lahat ito pakikinggan at uunawain. Hanggang sa hindi na nito kinaya ang pagsalakay ng mga tunog kaya biglang napahandusay na lang sa sahig, at nagsimulang tumaghoy kasama ng mga tuko, agangis, at butiki. Balang araw, lalapit siya sa matandang babaylan para tanungin ang gustong sabihin ng kaniyang ina at kapatid.

Sa madilim na burol, sinikap niyang alalahanin ang mga pasikot-sikot papunta sa hinahanap na libingan. Na hindi naging lubhang mahirap sapagkat bukod sa paningin, ginagabayan din siya ng kaniyang pang-amoy. Na tila biglang naging napakatalas, ngunit ibang uri ng talas. Nakapagtatakang hindi alingasaw ng naaagnas ang nasasagap nito kundi ang masarap na halimuyak ng laman ng murang bukong iniihaw. Na amoy ng sariwang langis na tinatawag din nilang lana.

Nakatitiyak si Luklak na doon nga sa libingan ng igat nagmumula ang malakas na amoy ng lana at hindi sa libingan ng kaniyang inang katabi lang nito. Dahil ang bangkay ng ina ay may ibang amoy. Ang mga puno at damong nakapaligid ay may iba't iba ring amoy. Ang hangin ay may sarili ring amoy na bukod pa sa amoy na inihahatid nito. Patunay na pang-amoy niya ang nagbago. Na ito ang tumalas nang maraming ulit lampas sa karaniwang kakayahan ng pang-amoy ng tao.

Dalawa na ang magkatulong na sumasamo sa kaniya—itong tinig na dala ng hangin at itong di-mawaring amoy na nagpupunla sa kaniya ng masayang deliryo. Hindi nga nagtagal nang matumbok din niya ang hinahanap na libingan. Tatlong liko pakanan mula sa mag-asawang higanteng tipak ng batong tinatawag nilang dingli, diretso sa puno ng muhanay, naroon sa lilim niyon ang mag-inang libingan. Alam din niya kung alin dito ang sa ina at alin ang sa kapatid.

Mabilis siyang naghukay gamit ang sariling mga kamay. Nagkalkal siya na parang asong naghuhukay ng butong siya rin ang nagbaon. Butong ibinaon noon pang unang panahon ngunit ngayon lang naalalang balikan dala ng matinding gutom.

Malalim ang libingan pero mabilis niya itong nabungkal. Nabungkal niya ang bangang sisidlan ng labí. Ang mga tao sa kanilang lugar ang nagpasyang isilid ang bangkay sa banga sa halip na itapon sa ilog para maging pakain sa buwaya, na tulad ng ginagawa sa bangkay ng karaniwang kriminal. Sa ganitong paglilibing sa kaniyang kapatid, naipakita kahit paano ng mga tao ang kanilang pakundangan sa patay. Pakundangan o takot. Dahil kung galing nga ang sanggol sa isang "dili ingon nato," maaari sila nitong balikan mula sa kabilang buhay, gapangin sa kanilang mga tulugan, at sipsipin ang kanilang mga dugo at dungan.

Binuksan niya ang banga. Naroon ang kapatid niya. Nakaikot ang katawan sa bilog na sisidlang kinahihimlayan. Buong-buo pa mula ulo hanggang dulo ng buntot. Hindi pa nadadalaw ng kahit isang uod. Wala siyang sinayang na oras. Mabilis niya itong ibinaba para dalhin sa tabing-ilog.

MARAMI PANG GUSTONG ITANONG ang mga ingkantu kay Luklak. Gusto nilang itanong kung nagugutom ba ito kaya pati kapatid nito ay gusto nitong kainin. Kung hindi ba ito pinakakain nang maayos sa bahay.

"Iyan ba'y kakainin mong mag-isa?" tanong naman ng isang bawa kahit hirap itong magsalita dahil sa malapad na labing bibitin-bitin sa ilalim ng bibig nito. Tinanong na ng ingkantu ang sa tingin nito'y dapat na itanong. Di na kasi ito nakatiis sa pagpapaligoy-ligoy ng kasamang muwa. Di na rin siya nakatiis sa suot na balatkayo kaya hinubad na rin nito ang nakapangangating balahibo ng manok.

"Mukhang napakasarap niyang iniihaw mo, pangga." Nagsalita na rin ang isang tamawo. "Ano kaya ang lasa niyan? Ano kaya kung makatikim din kami ng niluluto mong iyan?"

"Hindi ito magkakasya sa ating lahat," sagot ni Luklak.

"Totoo," salo ng tamawo. "Hindi naman talaga dahil sa dami natin dito. Pero hindi namin kailangang mabusog. Tikim lang ang kailangan namin, bunso. Gusto lang namin talagang malaman ang lasa. Hindi kami matatahimik hangga't di namin nalalaman ang lasa."

Hindi kumibo si Luklak. Kaya nagpatuloy ang tamawo sa pamimintuho.

"Alam mo bang marami kaming bulawang naibaon dito sa tabing-ilog? Sayang naman ang mga iyon. Gusto mo bang ituro namin sa iyo kung nasaan?"

Pero dahil tila hindi ito umepekto sa bata kaya ang muwa naman uli ang nagsalita.

"Tuturuan ka namin ng bulong na pang-iwas sa kidlat. Bibigyan ka namin ng pamlang na pangsalag sa itak. Meron din kaming gayumang pang-akit ng mga tagahanga. O baka mas gusto mo ng gayuma pang-akit ng mga lamangdagat? Pareho naming ibibigay."

Umayon dito ang iba pang maligno. Sabay-sabay silang nagsihuni na parang mga bubuyog.

"Ako ba ang nagpapunta sa inyo rito?" pasinghal na tanong sa kanila ni Luklak. Said ang pasensya. "Magsilayas kayo!" Sabay balibag sa isang mahabang kahoy na nagbabaga pa ang dulo. Nagliparan ang mga alipato.

"Layas, mga impakto!" bulyaw ng dalaga na parang ang mga kaharap ay mawawalis lang ng salita. Tumayo ito para pulutin muli ang ibinalibag na kahoy na nagbabaga pa rin ang dulo. Idinuru-duro ito sa mga malignong matitigas ang ulo.

Nang magpulasan sa wakas ang mga pakialamero, binalikan agad ng dalagita ang pag-iintindi sa iniihaw habang pabulong-bulong na nginungulngol: "Ang dami-dami n'yong mga alagang baboy. Bakit hindi 'yan ang ihawin n'yo?"

Nagsiiyak na parang mga sanggol ang mga lolid at tibsukan sa narinig dahil bagamat mga mukhang hayop na alagain ay unawang-unawa nila ang ibinubulong-bulong ng dalagita. Samantala, umatungal namang parang mga tuta ang mga tulayhang dahil nagpapakandili sa kanilang mga magulang. Kung nalalaman lang ni Luklak na hindi niya dapat tinakot at pinaiyak ang mga baboy-babuyang ito dahil ang mga ito ang mga tunay na matitindi sa pagbibigay ng sakit sa mga nakakahukay nang kahit di sinasadya sa kanilang mga tirahan sa ilalim ng lupa (ito ang dahilan kung bakit kailangan munang ipatingin sa babaylan kung may naninirahan bang mga ganitong nilalang sa ilalim ng lupa bago ito pagtayuan ng bahay).

Pero sa halip na magsisi at humingi ng tawad sa mga pinaiyak, muli niyang hinarap ang mga ingkantu para magdagdag ng insulto. "Kung gusto ninyong malaman ang lasa, sasabihin ko sa inyo. Pero ako munang mag-isa ang kakain at walang iistorbo."

"Masama sa bata ang maramot," ang sabi ng isang bawa, umiiling-iling habang pumapalatak at pilit pang inginingiwi ang malapad na labi dahil alam na nito kung anong uri ng bata ang kanilang kaharap. Ganito ang tipo ng batang madalas nilang parusahan sa mga kuwento ng matatanda. Ginagawang uwak, bayawak, unggoy, at kung minsan, kabute. Ganito rin ang tipo ng batang bigla na lang nawawala sa gitna ng gubat at hindi na nakikita ng mga magulang kahit kailan.

Sukat na. Tama na ang kanilang pagbibigay. Nakiusap na sila. Binigyan na nila ang batang ito ng sapat na pagkakataong magpakita sa kanila ng kabutihang asal.

Hinubad ng tamawo ang kaniyang pulubing balatkayo para ilantad ang kaniyang nakapangingilabot na tunay na anyo. Mabilis itong kumilos para sikwatin ang inihaw mula sa dalagita. Ito palibhasa ang galaw na pinakaalam nitong gawin.

Ngunit kung bakit hindi ito makalapit sa pakay. Dahil ang usok galing sa iniihaw ay parehong umaakit at nagtataboy sa kanila na parang usok ng katol na nagtataboy sa lamok. Nais nilang lumapit pero hindi sila makalapit. May nililikhang bakod na hindi matawid maging ang liwanag ng apoy na lumiligid sa bata. Kaya nanatili sa gilid ng kadiliman ang mga lamanglupa. Nag-ulol sa galit ang mga hindi makadaluhong. Sabay-sabay nilang binantaan ang dalagita.

"Kilala ka namin!" simula ng pananakot nila habang sabay-sabay na nagsisibalik sa mga dati nilang puwesto. "Alam namin kung saan ka nakatira. Kilala namin ang iyong ama."

"Kainin mong lahat iyan! Huwag kang magtira! Pagkasipsip mo sa mata, iyang mata mo naman ang sisipsipin namin!"

"Ibabalot ka namin sa dahon ng niyog bago ka namin iluto sa gata."

"Hihilahin namin ang iyong maliit at malaking bituka. Ipapasok namin sa bibig mo. At gagawin namin iyan nang paulit-ulit na parang nag-iikid ng lubid."

Hindi alam ni Luklak kung hanggang kailan siya maaaring kanlungin ng usok galing sa iniihaw. Dahil sa igat din nagmumula ang kaniyang proteksyon kaya maglalahong tiyak ang proteksyong ito kapag kaniyang kinain at inubos. Paano niya ito kakainin? Baka dapat na siyang sumuko. Nag-alinlangan si Luklak hanggang pagpupukulin siya ng bato nitong mga nakapaligid sa kaniya.

"Tama na! Tama na! Bibigyan ko na kayo!"

Kaya nang maluto ang inihaw, inihain niya ito sa malapad na dahon ng saging. Binunot niya ang puso, apdo, baga, bituka, at hasang at isa-isa niyang inihagis sa mga impakto. Nagkagulo ang mga ito. Nagkani-kaniya sa pagsaló.

Habang parang mga pusang nag-aagawan ang mga maligno, nilantakan na ni Luklak ang mga parteng malaman. Inuna niya ang tiyan na pinakamasarap na bahagi para sa kaniya. Isinunod niya ang ulong makatas-katas pa. Hindi rin nagtagal nang marating niya ang pinakadulo ng buntot hanggang sa tuluyan na niyang nahubaran ito ng laman. Tinik na lang ang natira. May nakasiksik pang mga laman-laman sa tinik kaya ito na ang sumunod na inihagis niya sa mga ingkantu para ipasimot sa mga ito nang sa gano'n ay walang masayang.

Na tinanggap naman ng mga ingkantu kahit pa batid nila ang laki ng insultong kanilang inaabot sa salu-salong ito. Ngunit batid din nilang wala silang magagawa sa ngayon kundi ang maghintay. Maghihintay silang makaganti sa batang ito na luminlang at humiya sa kanilang lahat.

Pinagpasa-pasahan nila ang tinik sa pagdila at paghimod sa pag-asang meron pa ngang makakatas buhat dito.

Habang pinanonood ni Luklak ang mga patay-gutom, tinatanong nito sa sarili kung tumataba ba ang mga ingkantu. At kung oo, puwede bang patabain ang mga ito na parang mga patabaing baboy. At habang pinag-iisipan ang bagay na ito, naramdaman niya ang biglang pag-alburuto ng sariling tiyan dahil gutom pa rin siya sa kabila ng lahat. Gutom na gutom kahit siya na nga halos ang mag-isang kumain sa inihaw. Ano't isa pa ring malaking kawalan ang nararamdaman niya sa kaniyang tiyan?

Kaya nang ibalik ng mga ingkantu sa kaniya ang tinik na nagdaan na sa kanilang lahat, at nang sinabi sa kaniya ng mga itong himurin niya uli ito sa kahuli-hulihang pagkakataon dahil may katas pa rin ang buto, hinimod nga niya ito at biglang nagpagulong-gulong at nagpaikot-ikot ang mga baboy-babuyang alaga ng mga lamanglupa dahil sa tuwa.

Walang nasipsip na kahit ano si Luklak sa tinik na pinagpasahan kundi laway ng mga kasalong maligno; kung paanong nang ibinigay niya kanina ang tinik na ito sa mga maligno ay laway lang din niya halos ang napala ng mga ito. Kaya ang dulo ng salu-salong ito ay palitan talaga ng laway. Palitan sa pagitan ng ingkantu at ng tao. Ang sabi ng matatanda, sa ganitong palitan ng laway nagsisimula ang hawahan ng mga sakit. Sinasadya man o hindi, nahawa ang mga ingkantu kay Luklak dahil sa tinik na ipinahimod nito. Ngunit sa isang banda, nahawa rin si Luklak sa mga ingkantu nang ibalik ng mga ito ang ibinigay na tinik.

Kung ano ang nakuha ng mga ingkantu kay Luklak sa palitang ito, hindi na natin matitiyak dahil baka hanggang dito na lang ang kanilang kuwento. Bagamat simula noon, tuwing may eklipse, nagtitipon sila sa bahaging iyon ng tabing-ilog para panoorin at iyakan ang unti-unting paglaho ng buwan mula sa kalangitan. Maaaring itanong kung bakit tuwing may eklipse. May nais ba silang ipakahulugan dito sa antas ng simbolismo? Na ang paglamon ng bakunawa sa buwan ay gaya rin ng paglamon ni Luklak sa sariling kapatid? Na ang sagot siyempre ay hindi natin alam. Dahil sinong makaaalam sa kung paano nga talaga gumagana ang isip ng mga "dili ingon nato"?

2

Ang Bihag na Dungan

ISANG IMPOSIBLENG PALAISIPAN ANG GUTOM. Una, dahil ito'y isang kawalan. May nawawala sa sikmura ng taong nagugutom na dapat sana ay naroon. Ikalawa, habang hindi napupunan ang kawalan, magsisilbi itong isang pabigat na mararamdaman ng may katawan. Kaya paanong nagkakaroon ng bigat ang kawalan? At paano ring masasagot ang ganitong tanong habang hinahadlangan ng gutom ang isip na mag-isip? Mahirap na tanong na imposibleng pag-isipan. Iyan ang imposibleng palaisipan. Ganiyan ang gutom. Ganiyan ang gutom ni Luklak. Kung bakit kasi sa halip na mabusog sa kinain ay lalo siyang ginutom nito.

Nagmadali siyang makauwi sa pag-asang may pagkain pa siyang madadatnan sa bahay. Kahit man lang sana tutong na bahaw. Tuwing umuuwing lasing ang kaniyang tatay, madalas din itong gutom kaya naghahanap ng makakain. Nagwawala ito kapag nadatnang walang laman ang palayok. Ganito ang kaniyang ama sa tuwing nalalasing. Pero mabait at tahimik na tao naman pag lumipas ang kalasingan kinabukasan. Baka ginagawang mabagsik ng alak ang kaniyang ama. Pero baka dati nang mabalasik ang ama. Baka noon pa talaga nitong gustong magwala. At paglalasing ang nagbibigay rito ng lakas ng loob para mailabas ang tunay nitong marahas na sarili. Hindi lang niya alam kung bakit. Sa dami ng mga puwedeng maging dahilan. Kaya naisip ni Luklak kung ang pag-uwi niya ngayon sa bahay ay parang gano'n din.

Gusto niyang sumabog. Gusto niyang makauwi agad sa bahay dahil gusto niyang buksan lahat ng palayok na meron sila at isa-isang ihagis sa bintana ang mga walang laman. Gusto rin niyang manghabol ng tao. Bata, matanda, lalaki, babae. Kahit sino. Gusto niyang manakit gamit ang sarili niyang mga kamay. Ngunit bakit? Saan galing ang mga pagnanasang ito?

Iniwan niyang nakatunganga ang mga ingkantu na parang mga naingkantu. Walang isa man sa mga ito ang kumilos para gawin ang kanilang banta. Pinanood nang tahimik ang kaniyang pag-alis. May kinalaman kaya ang di nila pag-imik sa pagdila niya sa pinagpasa-pasahang tinik? Dahil di na sila tuminag matapos niya itong gawin. May inaabangan ba silang mangyayari sa kaniya o sa tinik na dinilaan niya?

Sinusundan ng buwang hugis-alimango ang kaniyang daan pauwi. "Bumaba ka rito!" ang sabi niya rito. "Kung hindi, ako ang aakyat diyan."

Hindi siya nakararamdam ng anumang pagod. Tila lumulutang lamang siya habang nasa daan. Maaabutan niya kahit sinong gustong habulin. Magaan ang kaniyang pakiramdam maliban sa bigat na naroroon nga sa kaniyang sikmura na nagpapaalala lagi sa kawalan na nagpapalutang sa kaniya.

Tahimik ang gabi sa Bariwbariwan na pangalan ng kanilang puod. Kasingtahimik ng karatig nitong dagat. Tulog nang lahat maliban sa mga bantay na nakahimpil sa balwarte. Kasama ang ama niyang nagbabantay roon.

Nagmamatyag kung may kahina-hinalang nais dumaong sa kanilang lugar. Malayo pa lang kailangan nang makilala ang mga parating na sasakyang pandagat. Kailangang matiyak na hindi ito sa mga piratang balak magsagawa ng pangangayaw sa kanilang lugar. At kung sakali ngang sa mga pirata, tungkulin ng kaniyang amang mangalampag sa pinakamalapit na konstabularya gamit ang balalong na kalembang na nakasabit sa puno ng kalumpang na nasa tabi ng balwarte. At habang hindi pa dumarating ang mga sundalong kawal na isusugo ng konstabularya, tungkulin din ng kaniyang ama at ng mga kasama nito na itaboy ang mga pirata gamit ang kanilang mga pana at sibat at ng nag-iisang lantakang nakalagak sa pinakatore ng balwarte.

Kahit delikado, tinanggap ng kaniyang ama ang trabahong ito dahil bukod sa sahod na tatlong salop na bigas kada linggo, binibigyan ang mga bantay-dagat ng kalayaan mula sa sapilitang paggawa na obligasyon sa gobyerno ng lahat ng mga lalaking nasa sapat na gulang at pangangatawan. Na kalayaan ding magsaka, magkaingin, mangaso, mangisda para lang sa pamilya sa mga oras na libre mula sa pagbabantay.

Kumusta na kaya ang kaniyang ama? Ano kaya talaga ang ginagawa nito ngayon doon sa bantayan? Malamang naglalasing na naman ito kasama ng isa o dalawa pang bantay. Tuba ang panlaban ng mga ito sa antok at sa lamig ng panggabing hangin. Kaya kung sasalakay ang mga piratang Moro ngayong gabi, wala silang kahit anong maaasahan sa mga ito. Mahuhulog sa kamay ng mga tulisang dagat ang buong nayon nang walang kahirap-hirap.

Hindi talaga puwedeng maging bantay ang kaniyang ama dahil sa bisyo nito. Bukod pa roon, alam din niyang malabo na ang mga mata nito. Pero anong magagawa? Wala na halos mga lalaking mapagpipilian dito sa kanilang bayan dahil ang karamiha'y naipadala na sa Cavite para magtrabaho sa mga pagawaan ng barko. At dahil kinuha na sa kanila ang halos lahat ng may katawang kayang mangaso, mangisda, at magsaka kaya madalas dalawin ng taggutom ang kanilang puod.

Na isa raw talagang malawak na lawa noong unang panahon na katatapos pa lang likhain nina Tungkong Langit at Alunsina ang mundo. Nagsimula itong tubuan ng munting kimpal ng lupa na parang nunal sa gitna ng pisngi nang gabing dumayo rito para maligo at magbawas ang diwatang si Burarakaw. Sa nilawak-lawak ng buong santinakpan, ang parteng ito ng Panay ang naging paboritong banyo at palikuran ng diwata. Kaya lumaki nang lumaki at tumaas nang tumaas ang tumpok ng taeng naiipon dito ng diwata hanggang sa maging isang pulo ito sa gitna ng lawa. Nang lumaon, lalo pang lumaki ang tumpok ng tae hanggang sa natakpan na nga nito ang buong lawa. Nang maglaho ang paboritong lawa, doon lang tinigilan ni Burarakaw ang pagdalaw dito. Kaya sa tuwing nakararanas ang mga tagarito ng sari-saring pahirap sa buhay, naging kasabihan na sa kanila na kaya nagkaganito ang kanilang buhay sa bayang ito ay dahil sa nabubuhay talaga sila sa ibabaw ng isang malaking tumpok ng tae. At dito, walang ginhawa, walang pag-asa.

Kakatingala sa buwan sa halip na tumingin sa kaniyang nilalakaran, nakaapak siya ng tae ng aso kundi man tae ng tao. Ang buwan lang ang nakakita. Ang buwan na parang alimangong kay sarap tungkabin. Ngayon pa lang, nananamnam na niya ang matamis-tamis na lasa ng alige nito at ang maalat-alat na taba.

"Bumaba ka diyan" sabi uli ng dalagita, hinimas-himas ang tiyan. Mariing itinutop doon ang mga daliri. Gusto niyang hipuin ang gutom na nagwawala roon. Naroon ang kaniyang kapatid. Na pinuksa ng mga kababayan niya na parang salot. Pinaslang nang hindi man lang nabibigyan ng pangalan. Ni hindi nila alam kung anong kasarian nito. Pero kung bakit naisip niyang isa itong lalaki. At Miluy sana ang kaniyang ipapangalan. Pero naisip niyang sa haba nitong tatlong talampakan kahit na isa pa lamang itong binhi, kung hinayaan lang sana itong mabuhay, lalaki at hahaba pa ito nang kahit makasampung ulit hanggang maabot ang hustong kagurangan. At kung hinayaan lang itong lumaya sa karagatan ay maninirahan ito roon bilang dakilang dambuhala. Kaya Baranagon ang ipinangalan niya rito. At sa lahat ng magtatanong, iyon ang pangalan ng bunsong namatay.

"Baranagon," ibinulong niya sa hangin. "Dakulang Baranagon." Na sinagot sa dilim ng isang ibong nagpakawala ng malakas na huni. Nagpapahiwatig ng pagsang-ayon.

Pagdating sa bahay, nadatnan niya ang mga palayok na walang laman. Gusto niyang magwala. Gusto rin niyang magbalibag ng mga gamit.

"Nasaan kayo?" sigaw niya sa mga hindi nakikitang kausap sa paligid. "Nasaan kayo? Magsilabas kayo!" ang sabi niya habang iniisa-isa ang mga palayok sa tarap'anan. Mga nawawalang butil ba ng kanin ang kaniyang hinahanap? Ngunit bakit siya aasang may tirang kanin sa palayok? Inaasahan ba niyang nakapagsaing pa para sa kanila ang inang malamang na kinakain na ngayon ng mga uod?

Kung ano-anong boses ang kumakausap sa kaniya. Dala nga ata ng gutom. Nang lapitan siya ni Gurna, ang itim na pusang alaga. Nilingkis nito ang kaniyang paa na parang pinahihinahon siya. Na parang sinasabi sa kaniyang walang kuwenta kung sisihin niya ang ibang tao—kung bakit wala ang ama niya at kung bakit patay na ang nanay niya at wala sila ngayong sinaing.

Kaya naglatag na lamang siya ng banig, dito nahiga kasiping ng pusa sa pag-asang maidadaan ang lahat sa tulog. Na madali namang nangyari dahil mabilis siyang dinalaw ng antok.

Sa kaniyang panaginip, naroon muli siya sa tabing-ilog, kasamang muli ang mga lamanglupa habang nasa gitna silang lahat ng masaganang piging. Mas masagana dahil sa halip na igat, ang mga baboy-babuyang alaga ng mga ingkantu ang kanila nang nililitson. Masayang pinagsasaluhan ng lahat ang malambot at mamantikang karne ng mga inihaw na lolid, tibsukan, at tulayhang. Totoo ang pakikipagkaibigan sa kaniya ng mga ingkantu. Wala nang inggit o himutok. Parang totoong-totoo ang lahat kaya maaari ngang maipagkamali na bahagi pa rin ito ng mga tunay na nangyari doon sa tabing-ilog kung aalalahanin ni Luklak ang panaginip na ito balang araw. May nag-iisang detalye nga lang na lumalabag sa katotohanan ng lahat na magtuturo kay Luklak na isa pa rin itong panaginip. Ito ang biglang paglitaw ng kaniyang ina sa kalagitnaan nilang lahat para dulutan sila ng kanin na sinasandok nito buhat sa isang malaking palayok. Kulay itim ang kanin.

Alam ng dalagitang hindi siya dapat tumatanggap ng itim na kanin kahit kanino sapagkat sa panaginip na ito, higit siyang mas maingat sa kaniyang mga kinakain. Kaya humingi siya ng asin. Nang banggitin niya ang asin, biglang nagtakbuhan ang mga lamanglupa. Agad silang nagpulasan kasama ng kaniyang ina. Nakita pa niyang natumba ang malaking palayok na puno pa rin ng kanin at doon biglang natapos ang panaginip.

Nagkaroon pa siya ng pangalawang panaginip na parang karugtong lang halos ng una. Dahil sa panaginip na ito, muli na naman niyang nakita ang sarili sa tabing-ilog. Mag-isa siyang kumakain sa inihaw na palos. Nang biglang nabuhay ang palos at mabilis na pumuslit sa ilog. Na agad niyang sinundan. Paglusong niya sa tubig, biglang sumikat ang araw kaya nakita niya ang agos na nagkukulay pulang parang dugo. Sa kaniyang regla pala nanggagaling ang kulay pulang iyon. Kaya mabilis siyang umahon at nagpasyang hahayaan na ang palos kung saan nito ibig pumunta. Ngunit may tumawag sa kaniya buhat sa kabilang pampang. Tinig ng ibong alimokon. Pinatatawid siya.

"Pero hindi diyan ang bahay namin," sagot niya sa mahiwagang tinig.

"Hindi ka na riyan nakatira," sabi naman sa kaniya ng ibon.

Sumunod siya sa sinasabi ng tinig dahil batid na niyang tinig iyon ng kaniyang taghuy, ng kaniyang duwinding gabay.

"Umuwi ka na rito," dugtong pa ng nasabing tinig.

Bilang pagtalima, tinangka niyang humakbang papunta sa kabilang pampang. Maingat niyang itinapak ang mga paa sa mga bato upang makaiwas sa malakas na agos na nagbabantang tumangay sa kaniya. Naghanap siya ng makakapitan ngunit hindi pa siya halos nagsisimula sa pagtawid nang biglang manghigop ang isang malakas na uli-uli na di na niya nalaman kung saan nanggaling. Kumapit siya nang mahigpit sa ugat ng isang puno. Pero hindi na siya nakaalis sa kaniyang pagkakakapit doon kaya tuluyan na rin siyang nalublob sa sariling dugo.

"Tumawid ka na!" utos muli sa kaniya ng alimokon na parang gano'n lang iyon kadaling gawin.

Pikitmata niyang binitiwan ang nag-iisang timbulan para sugurin ang ragasa. Sa tuluyang pagpapaubaya ng sarili, ang mismong malalakas na agos ang nagbalibag sa kaniya papunta sa kabilang pampang. Pagkalapag niya roon, lalo siyang nawalan ng bigat sapagkat ulo lang niya ang nakarating doon at hindi ang buong katawan. Nang biglang tumahimik ang kaninang palautos na ibon. Dito nagtapos ang ikalawa niyang panaginip.

Nagkaroon pa siya ng pangatlong panaginip. Sa panaginip na ito, umuuwi na ang kaniyang ulo. Lumilipad ito. Gumugulong sa hangin. Kaya nakarating siya agad ng bahay. Pagdating, makakain ang una niyang hinanap. Dahil isa na lang siyang ulo kaya nagagawa niyang pasuking isa-isa ang loob ng mga palayok. Doon sa garamsan na malaking kalderong ginagamit sa pagpapakulo ng karne siya masuwerteng nakakita ng tirang karne ng baboyramo.

"May baboyramo pala dito! Bakit wala man lang nagsabi?" paasik pa niyang tanong bago ito nilantakan. Pinasok niya ang kaldero at mabilis niyang nginasab-ngasab ang tirang karne. Dahil sa matinding pag-alog ng lalagyan na lumikha ng malakas na kalatog kaya hindi sinasadyang nasarhan ng takip ang garamsan at doon nakulong ang kaniyang ulo.

PARANG MAY DUMIDIKDIK SA KANIYANG ULO nang magmulat siya sa gitna ng mataas nang sikat ng araw. Nagising siya sa ingay ng pinapalong karatong. Ang amoy ng nilagang karne ng baboyramo ay napalitan ng sinusunog na kamanyang at ng halamang aranghiran. Lumiligid ang amoy sa palibot ng kaniyang higaan.

Nasa tabi niya si Antay Dapuan, ang siruhanong nanggagamot sa kanilang lugar. Ito ang humahampas sa karatong para gumawa ng ingay na magtataboy dapat sa katadlaya na tawag sa masamang espiritu. Nagsasagawa ang siruhano ng ritwal ng pagpapalayas. Tumigil na ito sa pagbagting sa maliit na agong na parang paggising lang talaga ng dalagita ang hinihintay para muli itong manahimik. Gaya ng matandang babaylan, nababalot din ng larawang batok ang kamay at braso ng siruhano. Larawan ng mga along binabayo ng malalakas na hangin. Na nagtutuloy hanggang balikat bilang kaliskis ng isda.

Kaya sa paningin ni Luklak, tila ba isang nilalang itong nanggaling pa sa dagat.

Naroon din sa kaniyang tabi ang amang si Udoy. Kahit siya bagong gising na pumupungas-pungas pa, pansin niya agad ang pag-impis at pamumutla sa mukha ng ama. Na parang kung ilang araw nang hindi ito natutulog o kumakain.

"Anak, sino 'yong mga kausap mo?" tanong nito sa kaniya. Hinaplos-haplos pa nito ang leeg at noo ni Luklak para makiwari kung may lagnat pa ang bagong gising.

Hindi makasagot si Luklak dahil hindi niya maintindihan ang tinatanong sa kaniya.

"Sino 'yong mga kinakausap mo habang natutulog ka?" tanong uli ni Udoy. "May mga hinahanap ka kasi habang natutulog ka. Tinatanong mo paulit-ulit kung nasaan sila. Hinahamon mo silang magsilabas. Parang pinagtataguan ka. Anak, may mga sumalbahe ba sa iyo?" Bagamat imposibleng gano'n nga ang pagkakatanong noon ni Udoy tungkol sa mga salbahe. Dahil sa panahong iyon, "barbaro" ang ibig sabihin ng salbahe at sila ang mga salbahe dahil sila ang mga barbarong dating mga tagabundok na kailan lang nagsusumikap makibagay sa patag dala ng pangangailangang mabuhay sa pueblo. Pero alam na natin ang ibig niyang sabihin. Na magsabi lang ang anak na dalaga, hindi magdadalawang-isip ang amang sugurin kung sinuman ang umagrabyado rito.

Pero dahil hindi sumasagot ang dalagita sa sunod-sunod na tanong kaya iniba ni Udoy ang direksyon ng pagtatanong. "Saan ka ba nagpunta habang wala ako sa bahay? Anong pinaggagawa mo nung wala ako, anak?"

"Wala, Itay," sagot ni Luklak.

"Nagsisinungaling ang bata mo," pahayag ni Antay Dapuan kay Udoy. "Hindi siya nagsasabi ng totoo. May pinuntahan 'yan at may mga kinalaro 'yang ingkantu."

Tumingin si Luklak kay Udoy. Parang gustong magtanong sabay sumbong. Gusto niyang sabihin ditong mali ang sinasabi ng siruhano. Hindi siya maaaring maglaro kasama ng mga ingkantu. Naririto lang siya sa loob ng bahay buong panahon habang wala ang ama, ligtas habang ginagampanan ang papel ng isang mabuting anak na babae. Kahit alam niyang hindi naman talaga gano'n ang nangyari pero kaya niyang papaniwalain ang sarili.

"Nalipasan ako ng gutom kagabi kaya siguro ako nawalan ng malay," paliwanag sa wakas ni Luklak.

At dito sinabi sa kaniya ng ama na tatlong araw na siyang hindi nagigising simula nang datnan niya ito sa bahay isang madaling-araw na galing ito sa pagbabantay sa pampang.

Natulala si Luklak sa sinabi ng ama. Tatlong araw. Agad hinanap sa sarili ang tatlong araw na iyon na nawawala sa kaniyang buhay.

"Tatlong araw na kitang ginigising. Hindi ka magising-gising," ang sabi sa kaniya ng siruhano na parang siya pa ang sinisisi sa nangyari. Sinabi pa nito kung paanong tatlong araw na rin siyang sinusuuban ng usok ng kamanyang at usok galing sa halamang aranghiran. Pinaduguan na raw ito. At ang dugo isinahod pa sa banhawan na isang porselanang plato.

"Ginalungay nga kalag." Iyan daw ang nangyari sa kaniya. Nahulog sa patibong ang kaniyang kaluluwa. Kaya hindi ito magising-gising. Kailangan itong agawin. Kailangang hatakin, akitin, amuhin ang kaluluwa pabalik sa daigdig ng mga buhay. Para ito magawa, tinalukbungan siya ng pulang kumot mula ulo hanggang paa at saka sinayawan. Pitong ulit hinakbangan ang kaniyang katawan. Tatlong ulit inikutan. Tulad ng ginawa noon ni Nagmalitung Yawa sa katawan ni Humadapnon nang muling buhayin ng diwata ang buyung na nahulog sa patibong ng mga ingkantu.

Sa loob ng isang maghapon, anim na ulit itong ginagawa sa kaniya habang pinatutunog ang karatong. Hindi halos nauubusan ng mga tao ang kanilang bahay. Lahat nag-aabang kung mabubuhay bang muli ng siruhano ang batang sa katotohanan ay natutulog lang. Lahat gustong malaman kung mapapahiya ba ang mananambal sa katadlayang lumulukob sa dalagita. Kaya di pa man namamatay itong si Luklak, sa loob ng tatlong araw at tatlong gabing iyon, tila napaglamayan na siya ng buong bayan. May mga nagdala at nagpadala ng kanilang mga ambag na bigas, manok, isda, kamote, mais, at kung anu-anong gulay. May mga nagdala rin ng alak na pangasi. Para lahat ay may makain at mainom habang naghihintay sa mangyayari.

Halos ubos na ang lana ni Antay Dapuan, ang mananambal na napabantog sa lakas ng dalungdung. Paubos na rin ang kaniyang baong dalungdung ngunit di pa rin nagigising ang kaniyang pasyente.

"Malakas ang katadlayang naglaro sa iyo. Muntik ko nang hindi matalo," pagwawakas ni Antay Dapuan sa kaniyang salaysay.

Napaisip si Luklak. Kung puwede siyang mapaglaruan ng panahon sa gano'ng paraan, puwede ring hindi lang tatlong araw ang nakapuslit sa kaniya nang gano'n gano'n lang. Puwede ring isang buong linggo na pala ang lumipas. O isang buong buwan. O baka nga isang buong taon na pala siyang natutulog at ngayon lang siya nagising. Kung gano'n lang pala kadali ang manakawan ng panahon, paano niya ngayon matitiyak na hindi ito ang unang pagkakataong nanakawan siya niyon? Dahil hindi pala niya ito maaaring matiyak para sa kaniyang sarili kundi may ibang magmamalasakit na magbantay ng oras para sa kaniya.

Tumango-tango lang ang siruhano. Na parang sinasabi sa sariling "O, hindi ba? Tama nga ako, naingkantu nga ang batang ito." Sigurado ang matanda. Nakita rin kasi nito sa kaniyang pagtatawas na nagmumula sa sikmura ang lahat ng dinaramdam ng dalagita. May tinanggap ito mula sa kung kanino na hindi nito dapat tinanggap.

Hindi pa rin maalis sa isip ni Udoy kung saan ba talaga nagpunta ang anak bago ito nakatulog. Sinarili niya ang tanong dala ng takot sa posibleng sagot. Dahil paano nga kung doon pala sa bakawan ito nagpunta? Baka hindi niya kayanin sa ngayon kung malalaman niyang doon nga nanggaling ang anak. Dahil paano kung sa bakawan nagmula ang malignong gumugulo rito? At paano kung tulad ng ina nito'y may lihim ding kinakatagpo roon ang anak? Linti-a! Gusto niyang sunugin ngayon ang buong bakawan kung magagawa lang niya ito.

Samantala, iniisa-isa ni Luklak ang mga naghihintay na gawain na kailangan nang harapin upang mabawi kahit paano ang tatlong araw na ninakaw sa kaniya. Kailangan na niyang magbangon at lumabas ng bahay. Magpapakain pa siya ng mga alagang manok. Maghuhukay pa siya ng kamote sa may linang. Mangunguha ng mga ligaw na gulay gaya ng tagbak, kayanga, at lubi-lubi. Mamumulot ng balatan at mangangapa ng talangka sa may aplaya. Tutulong magbilad ng mga gagawing daing. Mangangahoy sa gubat bago lumubog ang araw. Gusto rin niyang kumain ng lugaw.

At bigla niyang naalala ang kaniyang bai, si Sinilandang Bulan. Tiyak na hinahanap na siya nito. Tiyak na hinihintay na siya roon sa bahay ng binukot. Isa siya sa walong alalay ng kaniyang bai. May sarili itong tagapaypay, tagaluto, tagapagpaligo, tagabihis, tagaayos, at tagaugoy ng duyan. May mga tagapasan din ito ng duyan sa tuwing kailangan nitong lumabas para umawit sa mga kasal at handaan. Dahil iyon ang trabaho ng kaniyang bai—ang maging manganganta. At siya ang tagasuklay nito. At bilang tagasuklay, siya na rin ang tagasuyod nito ng lisa at tagahinguto.

Bukod pa rito, si Luklak din ang tagasubo ng tanghalian sa binukot (iba pa ang tagasubo nito sa almusal at hapunan) at lagi siyang nag-iingat na hindi mahaluan ng patay na kuto galing sa kaniyang mga kamay ang pagkain ng babaeng amo. Hanggang ngayon, wala pang nakapagpapaliwanag sa kaniya kung bakit ito kailangan pang subuan gayong may sarili naman itong mga kamay.

Ang natatandaan niya, dati nang gano'n ang kanilang ginagawa ritong paglilingkod. Noong nabubuhay pa silang lahat sa bundok, ang pamilya ni Sinilandang Bulan ang pinakamayaman sa kanilang lahat. Nagmula raw ang pamilya nito sa angkan pa ni Datu Burulakaw na ama ni Datu Humadapnon na bana ni Nagmalitung Yawa. Si Sinilandang Bulan daw ay apo sa tuhod ng diwatang yawa. Ito ang paulit-ulit na sinasabi ng kaniyang bai sa kanilang lahat dahil tila ito na lang din ang nalalabing dahilan kung bakit nila ito kailangang paglingkuran.

Isang manok at isang kaing ng saging at kamote kada linggo ang madalas na upa sa mga naglilingkod noon. Habang ang iba ay dati nang mga uripon ng ama ni Sinilandang Bulan dahil nabaon sa utang pati na sa utang ng kanilang mga magulang. Ang iba sa kanila, naging uripon dahil namitas nang di nagpapaalam sa bungang kahoy na pag-aari ng datu. May isa namang nahuling naninilip sa naliligong dalaga ng datu. Isang buong angkan ang napasadlak sa paninilbihan dahil nanghiram ng porselanang plato ang kanilang lola sa lolo ni Sinilandang Bulan, na sa kasawiang palad ay hindi nito sinasadyang mabasag. Ang iba naman, mga pamangkin ng binukot sa malalayong kamag-anak na umaasang baka maturuang kumanta at maging mga binukot din balang araw kung titira sa iisang bubong kasama ng kanilang tiya. May mga uripon ding binili ng ama ni Sinilandang Bulan sa mga pamilihan dahil sa husay at talino ng mga ito. "Along" ang tawag sa kanila na binili sa pamamagitan ng palitang tinatawag din sa ganoong pangalan. Ang lingkod na nagturo kay Sinilandang Bulan kung paano tumugtog ng bidya ay isang along. Kabilang naman sa mga along ng datu ang kaniyang sariling mga mandirigmang timagwa na naglilingkod dito bilang mga horohan o kaning sundalo kundi man bilang mga tagagaod ng bangka. Bagamat pare-parehong mga uripon, iba-iba ang tawag sa kanila ayon sa antas ng kanilang pagiging uripon. May uripong sagigilid at uripong namamahay. "Hayohay" ang tawag kung sa bahay na ng kanilang panginoon naninirahan ang uripon. "Gintubo" naman ang tawag sa mga anak nito na lumaki na sa bahay ng kanilang panginoon. "Bulisik" ang tawag sa uripon ng isa pang uripon. "Bulislis" naman ang tawag sa uripon ng bulisik. Nagsimula si Luklak bilang bulislis sa tahanan ni Sinilandang Bulan ngunit umangat nang umangat dahil sa pagsisikap at husay sa pakikipag-ugnay hanggang sa maging personal na tagasuklay ng binukot na isang mataas na posisyon ng pagkauripon.

Nang bumaba ang kanilang banwa sa kasalukuyan nilang puod, kasama ring bumaba ang mga magulang ni Sinilandang Bulan dahil pinangakuan ang ama nito ng posisyon bilang kabesa kung kasama itong susuko sa pamahalaan. Na tinanggap naman ng ama ni Sinilandang Bulan sa pag-asang tutuparin ng bagong pamahalaan ang pangako nito ng mas maunlad na buhay para sa mga kababayan. Pero sa halip na lalong ikayaman ang pagiging kabesa, unti-unting naubos ang mga bulawan ng dating datu at ng buong angkan nito. Naubos ito dahil kabilang pala sa tungkulin ng kabesa ang magpaluwal sa buwis na hindi kayang bayaran ng kaniyang mga nasasakupan.

At ganito nga ang naging silbi ng ama ni Sinilandang Bulan sa bagong lipunan gamit ang sarili nitong gugol. Ngunit sa kabila ng napalang paghihirap, nais pa rin ng ama nitong maipagpatuloy ang pagiging binukot ng anak. Kaya sa paglipat sa patag, ipinagpatayo pa rin nito ang anak na dalaga ng sarili nitong torogan kung saan ito maaaring magkulong buong araw.

Uripon pa rin ang tawag sa kanila ng kanilang bai. Uhay naman kung may kahalong kaunting paglalambing. Kahit pa hindi na sila talaga nababayaran sa kanilang paglilingkod gaya noon. Ang ginagawa na lang daw kasi nila ngayon ay pagtanaw ng utang na loob sa pamilya ng binukot. Dahil maraming naitulong ang pamilya nito sa kanilang mga pamilya. Lalo na sa pamilya ni Luklak dahil ang kabesa ang nagpasok kay Udoy para maging bantay ng balwarte.

Bukod sa nakababayad sila ng kanilang utang na loob, ikinatutuwa rin naman ng mga taga-Bariwbariwan na sa kabila ng paghihirap ng kanilang puod ay nakapag-aalaga pa rin sila ng isang dayang-dayang—isang prinsesa—na itinuturing nilang labí ng kanilang mga sinaunang sugidanon, ng kanilang nilumang siday.

Habang sinusuyod ang ulo ng kaniyang bai, tinanong dito noon ni Luklak kung nagkaroon ba ito ng manliligaw. Isang mahabang pila ng mga binatang malangga, sagot sa kaniya. At ano ang nangyari doon sa una nitong manliligaw? Isang sugidanong may hibik ng pagsisisi sa bandang huli ang isinagot dito ng binukot.

Ang sabi sa kuwento, na kuwentong madalas din nitong isalaysay tuwing may bagong kasal, si Bugbung Humasanun ang pinakamagandang binukot na nabubuhay noon sa balat ng lupa, ang binukot na nakapagsasagawa ng pangangayaw sa isang tingin, dahil sulyap lang buhat sa mata nitong tila araw sa bukang-liwayway ay laksang mga buyung na ang nabibihag sa pag-ibig.

Isang araw, dumalaw sa torogan ng dalaga si Datu Asuman'ga, na datung kaapu-apuhan ni Labaw Donggon. Mula sa silong, tinatawag nito ang pangalan ni Bugbung Humasanun pati na ang iba pa nitong mga pangalan at katawagang naglalarawan sa kagandahan nitong walang kapantay.

Biglang nagising ang binibining pinutol mula sa mapayapang pamamahinga. "Sino kaya itong buwisit na ito?" tanong niya sa kaniyang mga uripon. "Itanong ninyo sa kaniya kung bakit siya naparito. Itanong din ninyo kung wala ba siyang kahit isang uripon na ati na maaaring maghatid ng kaniyang mensahe."

Kaya bigong lumisan si Datu Asuman'ga. Nang sumunod na araw, nagpadala ito ng sugong ati na humihingi ng paumanhin sa inasal ng buyung. Inilahad din ng sugo ang matinding pagtangi ng buyung sa dalaga at ang pagnanais nitong makaharap ito upang makatikim ng nganga mula sa kamay ng sinisinta.

Ipinaliwanag ng binukot na wala itong nganga na maaaring isilbi sa binata dahil naubusan ito ng libakaw. Ang libakaw na gamit niya ay doon lang makikita sa bakuran ng aswang na si Amburukay. Ang bruhang ito, bukod sa nag-aalaga ng mga libakaw na may pinakamapula at pinakamatapang na lasa, balitang may itinatago ring gintong bulbol. Na kung bubunutin at gagamiting kuwerdas sa kudyapi, ay makapagpaparinig ng walang kasingtimyas at kasinglungkot na himig.

Nang maipaalam ng ating sugo kay Datu Asuman'ga ang sagot ng binukot, agad nitong ipinahanda ang kaniyang magarang balangay na pinaaandar ng makulay na layag at ng apat nitong mga tagagaod. Mula sa daungan nito sa wawa ng Halawud, nagsimula silang maglakbay para salakayin ang bakuran ng babaeng aswang. Tatlong araw at tatlong gabi silang nasa laut hanggang sa marating nila ang pampang ng matarik na bangin at batuhang kanlungan ni Amburukay. Nang makadaong sila sa isang tagong bahagi ng pampang, pinagana ng datu ang bisa ng kaniyang pamlang upang makatulog ang halimaw na naghahari sa dakong iyon. Sa ganito sinamantala ng datu ang pagkuha sa bunga ng libakaw at sa gintong bulbol ng babaeng aswang. (Kung paano gaganti ang aswang sa ginawa ng datu pagkagising nito ay isa pang hiwalay na sugidanon.)

Naihatid sa wakas kay Bugbung Humasanun ang libakaw pati na ang kudyapi na may bagong gintong kuwerdas. Ngunit sinabi nito sa sugong ati na hindi pa rin nito maihahanda ang nganga dahil ubos na ang dahon nito ng buyo. Itong dahon ng buyung kulay lila at pula na gamit niya ay matatagpuan lang sa Tandag na nayon sa bayan ng Caraga. Hiniling ng binukot na ikuha siya roon ng buyo at habang nasa Tandag ay magsagawa ng pangangayaw ang datu upang may maiuwi sa kaniyang mga bihag na gagawing mga uripon sa kaniyang torogan.

Bilang pagtupad sa hiling, ipinahanda ni Datu Asuman'ga ang magarang balangay kasama ng lima pa na pawang nakahimpil sa daungan ng Halawud. Kasama ang kaniyang mga tagagaod at magiginting na mandirigma, nagsimula silang maglakbay para salakayin ang nayon ng Tandag. Anim na araw at anim na gabi silang nasa laut hanggang marating nila ang pakay na lugar. Sinalakay nila ang mga tagaroon na nabigla sa kanilang pagdating. Pitumpung lahat ang mandirigmang sumuko. Limampu ang bihag mula sa mga sibilyan. Isang daan naman ang nahuling tumatakas sa dagat. Kaya dalawang daan at dalawampung bihag lahat kasama pa ang mga nasamsam na kayamanan at ang mga dahon ng buyo na kulay lila at pula ang naiuwi ng datu sa binukot na walang kasingganda.

Nang maihatid ang lahat ng ito kay Bugbung Humasanun, sinabi ng binukot na hindi pa rin niya maihahanda ang nganga dahil naubusan siya ng apog. Ang apog na kaniyang gamit ay makukuha lang sa Camiguin. Hiniling ng binukot na ipagkuha siya roon ng kailangan niyang apog at habang naroon ay magsagawa muli ng pangangayaw ang maisog na datu.

Bilang pagtugon, ipinahanda ni Datu Asuman'ga ang limampung balangay na nakahimpil sa pampang ng Halawud. Kasama ng kaniyang mga tagagaod at ng kaniyang magigiting na mandirigma, nagsimula silang maglakbay upang salakayin ang Camiguin. Siyam na araw at siyam na gabi silang naglayag hanggang marating nila ang kanilang pakay na lugar. Sinalakay nila ang mga tagaroong walang kamuwang-muwang sa kanilang pagdating. Isang daan ang mandirigmang kanilang nasukol. Pitumpu naman ang bihag mula sa mga sibilyan. Nag-atubili sila kung kanila pang dadalhin pati ang mahihina at may sakit. Dalawang daan naman ang nahuli nilang tumatakas sa bundok patungong ilian. Kaya tatlong daan at pitumpung bihag lahat kasama pa ang nasamsam na mga kayamanan at ang apog na kailangan ang naiuwi ng datu sa prinsesang sinisinta.

Nang maihatid ang lahat ng ito kay Bugbung Humasanun, sinabi ng binukot na hindi pa rin niya maihahanda ang nganga dahil naubusan siya ng tabako. Ang tabako na kaniyang gamit ay makukuha lang sa Jolo na lupain ng mga Moro. Hiniling ng binukot na ipagkuha siya ng tabako sa lupaing iyon at habang naroon ay magsagawa muli ng pangangayaw ang magiting na datu.

Sa laki ng pag-ibig ni Datu Asuman'ga, ipinahanda niya ang isang daang paraw na pawang mga sasakyang pandigma na nakahimpil sa pampang ng Halawud. Kasama ng kaniyang mga tagagaud at ng kaniyang magigiting na mandirigma, nagsimula silang maglakbay para salakayin ang sultanato ng Jolo. Sampung araw at sampung gabi silang naglayag hanggang marating nila ang pook na pakay. Sinalakay nila ang mga tagaroon na nagulat sa kanilang pagdating. Nakipagtagisan ng lakas at tapang ang buyung sa magiting na si Raha Alimudin. Dahil sa lakas ng dungan ni Datu Asuman'ga, nadaig niya ang raha sa isang madugong labanan. Dalawang daang mandirigma ang kaniyang napasuko. Isang daan naman ang bihag mula sa mga karaniwang tao. Limang daan ang nahuli nilang tumatakas patungong Basilan. Kaya walong daang bihag lahat kasama pa ang nasamsam na mga kayamanan at ang tabakong kailangan ang naiuwi ng datu sa irog na bai.

Nang maihatid ang lahat ng ito kay Bugbung Humasanun, sinabi ng binukot na hindi pa rin niya maihahanda ang nganga dahil wala siyang tiriladan na lalagyan ng mga sangkap. Ang tiriladang hanap niya ay iyong parihabang kahon na yari sa bulawan na ang takip ay may ukit ng mga ibong nakadapo sa Puno ng Buhay. Mayroon itong apat na paang nakapaglalakad mag-isa papunta sa panauhing pagsisilbihan. Ang emperador ng Gran Tsina lang ang tanging nagmamay-ari ng ganito kagarang gamit. Dahil dito, hiniling ng binukot na kunin mula sa emperador ang magarang sisidlan at magsagawa ang datu ng pangangayaw sa kaharian nito.

Nang marinig ni Datu Asuman'ga ang hiling ng kaniyang bai, napagtanto niya ang malabis na pagmamahal nito sa kapangyarihan. Magkaganito man, sa laki ng kaniyang pag-ibig sa binukot, walang pagdadalawang-isip niyang ipinahanda ang limampung caracoa na iginagaod ng limang daang timagwa ang bawat isa. Naglakbay ang datu upang salakayin ang kaharian ng mga dragong putik. Isang buwan siyang naglayag hanggang marating niya ang pakay. Kasama ng kaniyang libo-libong kabig, sinalakay nila ang mga taong nagsasalita sa lengguwahe ng mga ibon. Nakipagtagisan ng lakas at tapang si Datu Asuman'ga sa Dakilang Khan. Dahil sa lakas ng dungan ng buyung, nadaig nito ang kalaban. Isang libo lahat ang nadakip nilang mga mandirigma. Isang libo rin ang bihag mula sa mga sibilyan. Isang libo naman ang nahuli nilang magsisitalon sana sa mga bangin at talampas. Sa dami ng kanilang mga bihag, iniwan na nila ang mga may sakit at kapansanan. Inihulog nila sa gitna ng dagat. Mahigit dalawang libong bihag lahat kasama pa ang nasamsam na mga kayamanan at ang tiriladan ng emperador ang naiuwi ng datu sa dayang na iniirog.

Nang maihatid ang mga ito kay Bugbung Humasanun, nagpasalamat ang binukot sa lahat ng mga handog. Ngunit sa kabila nito, may isa pa itong nalalabing kahilingan. Ito na lang at huling-huli na. Hiniling ng binibining salakayin ng buyung ang langit.

"Kunin mo para sa akin ang buwan at mga bituin," ang sabi ng binukot sa datu. "Sapagkat ang mga ito ang hiyas na gagamitin kong palamuti sa isusuot kong damit sa araw na ihahain ko ang nganga na iyong hiling. Dalhin mo rin sa akin ang mga diwatang nakatira doon upang pati sila'y maglingkod sa akin."

Sinabi ng datu kay Bugbung Humasanun, na noo'y hindi na nangangailangan ng ating tagapamagitan para makipag-usap sa binukot, na sasalakayin nito ang langit para sa dilag na minamahal. Kahit batid ng datu na kaniyang makakaharap doon ang buong hukbo nina Tungkung Langit, Makaptan, Buyung Panlinugon, Ginoong Mangasdang, at Abyang Makadulung. Isang matinding sagupaan laban sa mga buruhisan ang tiyak na naghihintay sa datu sampu ng kaniyang mga kabig. Kaya sa kaniyang pagbabalik, dapat tiyakin ng binibining maibibigay na nito ang inaasam-asam na nganga. Dahil kung ito'y magpapatumpik-tumpik pa sa pagtupad sa pangako, ang datu mismo ang sasambot sa balahibo ng ibong nakapalamuti sa payneta ng binukot para isabit sa tuktok ng palo ng kaniyang balangay.

Mula roon, inilunsad ng datu ang kaniyang isang daang caracoa na pinaandar hindi ng mga tagagaod kundi ng lakas ng kaniyang pamlang sa tulong ng kaniyang mga kaibigang haraywan. Sa pamamagitan ng mga ito, nakalipad ang mga caracoa patungong langit, inihipan ng hanging hugayung ang makukulay na layag, kaya nakapaglakbay sa kalawakan na parang mga hibla ng kapok na sinisiklot-siklot at nilalaro-laro ng umaalon-along amihan.

Simula noon, araw-araw nang nag-aabang si Bugbung Humasanun sa pagbabalik ng buyung. Laging umaasa na isang araw, muling magpapakita sa kaniyang torogan ang binatang nangako sa kaniya ng buwan at mga bituin. Ngunit di na kailan man nagpakita sa kaniya kahit ang uripon nitong ati.

Hanggang lumipas ang mahabang panahon at nilipasan na rin ang binukot ng ganda at kabataan. Hanggang naubos ang mga bahandi at uripon ng kaniyang angkan. At ang dating tinitingala, ngayon ay bahagi na lang ng mga usap-usapan at madalas na ginagamit na halimbawa kung paanong ang mga nagpapakatayog-tayog ng lipad ay lagapak kung sumadsad.

Kung saan napunta si Datu Asuman'ga, wala pa ring nakaaalam. May nagsasabing nasawi ito sa pakikipagdigma sa mga diwata. Ang haka naman ng iba, na bago pa nakarating sa kaharian ng mga diwata ay napatay na ito ng mga busaw. May nagsasabi namang hindi na ito nagbalik dahil nakahanap na ito ng ibang binukot.

Ngunit tuwing gabi, lalo na't kung maliwanag ang buwan, habang tinatanaw ng naghihintay pa ring binukot ang kalangitan, nakikita niya ang isang maladagat na konstelasyon ng mga tala, at ang ligalig sa along ito ng mga mumunting butil ng luningning, na tila dinaanan ng isang malaking bangka, na marahil ay bangkang sinakyan ng kaniyang Datu Asuman'ga, lagi't laging nabibigyan ang binukot ng dahilang maghintay at umasa hanggang sa susunod na araw.

Lagi't laging tatapusin ni Sinilandang Bulan ang kuwentong ito sa isang malalim na buntonghininga. At kung tatanungin siya kung anong kinalaman ng kuwentong ito sa hindi pa rin niya pag-aasawa, ngingiti ito sa kausap na parang wala itong naintindihan sa buong kuwentong katatapos lang isalaysay, at saka isasagot: ako si Bugbung Humasanun sa kuwento.

Na taliwas naman sa kuwento ng mga matagal nang naglilingkod sa pamilya ng binukot, dahil ayon naman sa kanila, ang binatang unang nag-alok noon dito ng kasal ay namatay sa pulmonya.

Sa pagkakaintindi ni Luklak, kahit wala nang bahandi ang pamilya ng kaniyang bai, at kahit halos limot na ng kanilang mga kababayan ang maringal na mga ninunong pinagmulan ng angkan nito, at kahit namatay nang lahat sa digmaan, sakit, at salot ang mga binatang naipangako rito, umaasa pa rin ang binukot na darating ang isang maisog na buyung na galing Bornay, na sakay ng isang magarang biniday, at hihingi sa kaniyang kamay.

Kaya habang tumutugtog ng kudyapi ang kaniyang bai at inaawit ang pagmamakaawa ni Datu Asuman'ga kay Bugbong Humasanun na mahawakan man lang niya ito, masalat, mahimas, maiupo sa kandungan habang nasa duyan silang dalawa, at habang ang senyorang umaawit ay hinihingutuhan ng paborito nitong uhay, at dahil ang tagahinguto ang naglalaan ng pinakamahabang oras ng paglilingkod sa lahat ng mga tagapaglingkod, nararamdaman ni Luklak na sinasamahan din niya ang bai sa paghihintay nito sa maginoong buyung na hindi nila alam kung kailan ang dating o kung darating pa nga ba. Sapagkat mahigit trenta na ang edad ng kaniyang bai. Lampas na sa edad kung kailan ito matatawag pang bagong bukadkad na bulaklak. Kung sakaling may manligaw man dito sa hinaharap, hindi na maipagtatanong ng lalaking "naligaw" sa panliligaw kung saan itinatago ng mga magulang ni Sinilandang Bulan ang bagong bukadkad na bulaklak ng alayaw na itinawid pa nito ng dagat. Lalo na sa kanilang lugar na ang mga dalagitang nasa dose anyos pa lang ay ipinagkakasundo na sa kanilang magiging mga bana.

Hindi tuloy maiwasan ni Luklak ihambing ang kaniyang bai sa kaniyang ina. Matanda lang ng kung ilang taon ang kaniyang ina nang mamatay ito. Pero mas mainam-inam pa ang kaniyang ina kung tutuusin na nakahanap pa ng dalawang pag-ibig sa nag-iisang buhay nito sa mundo. Kaya naisip niyang ipanukala sa bai na subuking magtungo rin sa may bakawan sa susunod nitong paliligo.

Habang inaalala ng dalagita ang kalungkutan ng binukot, bigla rin niyang naalala ang isa pa niyang amo na malamang na naghahanap na rin sa kaniya. Si Padre Obaba. Dahil bukod sa torogan ng binukot, naglilingkod din siya sa Parokya ng Imaculada Concepcion. Kailan lang siya nagsimulang manilbihan dito. May dalawa o tatlong linggo na yatang nakalilipas. Ang kura mismo ang kumuha sa kaniya. Balak nitong turuan siya ng mga dasal at katekismo kasama ng iba pang mga kasabay niyang pumasok na tagasilbi sa simbahan. Pagkatapos ng isang buwan, kapag naturuan na sila ng mga dasal at paniniwalang Kristiyano ay bibinyagan na silang sabay-sabay para maging mga Anac nan Dios at papalitan ang kani-kanilang mga pangalan ng mga Kristiyano at makalangit na pangalan. Hindi na Luklak ang itatawag sa kaniya kapag nangyari iyon. Papalitan na raw ito ng Isabel. Na ayon sa padre, ay pangalan ng Kristiyanong reyna at ng santang pinsan ng Birheng Maria. Natatangi raw na kaibig-ibig ang kaniyang magiging pangalan kaya dapat daw siyang maging mapagpasalamat. Dapat din daw siyang manabik sa araw kung kailan niya ito matatanggap.

Gaya ng pagsisilbi niya sa binukot, wala rin siyang natatanggap na bayad sa paglilingkod sa simbahan. Nahatak lang siyang magtrabaho rito dahil ipinangako ng padre na matuturuan ding magbasa at sumulat ang lahat ng tuturuan ng dasal at katekismo. Dahil hindi naman talaga hiwalay sa pag-aaral ng dasal at katekismo ang pag-aaral bumasa at sumulat. Ang kanilang abecedario ay itinuturo sa pamamagitan ng mga mismong dasal at katekismo. Katon ang tawag sa ganitong pinagsamang leksyon.

Paminsan-minsan, may naiaabot naman ang padre sa kaniya kahit paano. Gaya no'ng binigyan siya nito ng panyo na may kasama pang sinulid at karayom. Maganda raw kung mag-aaral siyang magburda, ang sabi nito sa kaniya, dahil bagay na bagay raw sa mga babaeng kaedaran niya ang nakikitang nananahimik sa isang tabi habang abala sa pagbuburda.

Hinding-hindi rin niya malilimutan nang ibigay sa kaniya ng pari ang suklay na yari sa garing na ginagamit niyang panuklay sa buhok ng Mahal na Birhen dahil bahagi ng kaniyang trabaho sa simbahan ang pagsusuklay sa buhok ng mga poon. Noong una, hindi siya makapaniwalang ibinibigay sa kaniya ang gano'n kahalaga at gano'n kasagradong gamit ng simbahan. Ngunit sabi ng butihing padre, maagang regalo raw iyon para sa kaniyang nalalapit na binyag.

Kapag tumatawid naman siya ng bakod papunta sa isa pa niyang amo, ginagamit din niya ang parehong suklay sa buhok ni Sinilandang Bulan kahit hinding-hindi niya iyon ginagamit sa sarili niyang buhok sa takot na makalbo. Para sa dalagita, ang suklay na ginagamit sa Mahal na Birhen ay puwede ring gamitin sa binukot dahil ang Birhen at binukot ay parehong mga sagradong tao, bagamat ang binukot ay nakahihinga at nakagagalaw mula sa sarili nitong puwesto samantalang ang Birhen ay hindi. At siya na malayong-malayo sa pagiging sagrado (matatawa siya nang kaunti sa kaniyang sarili habang iniisip ito) ay di nga karapat-dapat sa paglilingkod ng nasabing suklay.

Sa tuwing pumupunta ng simbahan, laging dala-dala ni Luklak ang suklay na garing dahil iyon pa rin ang kaniyang ipinangsusuklay sa buhok ng mga poon. Paborito niyang suklayan sa lahat ang Mahal na Birhen. Na ang buhok ay hindi niya maiwasang maihambing sa buhok ni Sinilandang Bulan na kapwa mahaba at maalon-alon ang pagkakakulot. Ang malaking pagkakaiba nga lang bukod sa ang buhok ng Birhen ay kulay mais habang ang sa kaniyang bai ay kulay tinta ng pusit, walang lisa at kutong makikitang tumatawid sa buhok ng Birhen. Samantalang hindi naman nauubusan ng kuto ang buhok ng kaniyang bai. Bilin kasi nito na laging magtitira ng kuto sa buhok nito at huwag uubusin. Dahil kapag humarap daw sa paghuhukom ang kaluluwa ng isang tao, ang mga kuto ang tatawagin para sumaksi sa naging buhay nito. Kaya kailangan din ang mga itong pakitaan ng kagandaang loob. Ngunit dahil sa ipinagsasalit-salit na nga niya ang paggamit sa suklay sa pagitan ng buhok ng dalawa niyang senyora kaya itong isa ay malamang na mahawa rin sa pagkakaroon ng mga kulabnon sa ulo. At kung sakaling mahawa nga ang Birhen (na huwag naman sanang mangyari) ay hindi malayong susunod na mahawa ang iba pang mga poon sa simbahan. At kung sakaling dumating ang araw na iyon, anong laking pagkabigo sa panig ng mga kuto kapag natuklasan nilang wala pala silang mapapalang sustansya sa ulo ng mga banal. Kunsabagay, matataas namang tumalon ang mga kutong iyan at ilang talon lang marahil ang kanilang kailangan para makabalik uli sa paborito nilang ulo.

Kapag may pinaghahandaang malaking pagtitipon si Sinilandang Bulan, marami itong ipinagagawa sa kanilang kung anu-ano. Kapag may pista o okasyon naman sa simbahan, nagkakapatong-patong din ang mga gawain dito. May mga araw na nagkakasabay sa pagiging aligaga ang torogan ng binukot at ang kapilya ng Imaculada Concepcion. Kaya maiipit hindi lang si Luklak, kundi ang tatlo pang alalay ni Sinilandang Bulan na nagsisilbi rin sa simbahan. Na tulad ni Luklak ay mga nakatakda ring binyagan sa nalalapit na kapistahan ng Mahal na Birhen.

May isang panahong hindi sila agad pinauwi ng binukot kahit natapos na nilang lahat ang kani-kanilang mga gawain. Kaya hindi sila nakapunta ng kumbento para tumulong sa paghahanda sa pista ng kaarawan ni Padre Obaba, na itinuturing pa namang isa sa mahahalagang okasyon ng simbahan.

Dahil alam ng may kaarawan kung saan sila mapupuntahan nang mga oras na iyon kaya sumugod ito sa bahay ng binukot, may dalang baston, latigo, at krusipiho, na parang sumusugod sa kuta ng mambabarang.

Pagsapit sa bakuran ni Sinilandang Bulan, nagtawag ang pari sa may-ari ng bahay. Pinagmumura ang babaeng tinawag nitong Reyna Jezebel. Mga pagmumura sa wika ng mga katutubo na tumutukoy sa iba't ibang parte ng katawan ng tao. Nabulabog ang mga tandang at inahing alaga ng binukot. Itong mga huraw-huraw, bulik, at talisaying kani-kanina lang ay tahimik na nagpapaaraw sa may bakuran, nagsilipad at nagsipagdapong lahat sa bubong at mga sulambi ng kubo.

Walang patid sa kaniyang pagmumura ang kura. Hindi agad-agad nauubos ang bokabularyo. Paraan niya ng pag-uutos kay Jezebel na palayain na ang mabubuting mga taong ibinilanggo nito sa kastilyo ng kadiliman. Ngunit kung hindi pahihinuhod ang reyna ng mga manughiwit sa kaniyang utos ay ito na ang papasok at wawasak sa lungga ng mangkukulam.

Pero dahil nga malaking paglalapastangan na pasukin ng isang lalaki, kahit pa ito nakaabito, ang ablongan ng isang binukot, kaya iniharang agad ng binibini sa silong ng kaniyang bahay ang kaniyang mga uripon na armado ng sibat at kampilan. Mataas ang hagdan ng bahay ni Sinilandang Bulan. Meron itong labing-anim na baitang na mas mataas pa sa karaniwang bahay na karaniwang may hanggang pitong baitang lang ang hagdan. Kaya di pa nangangalahati sa pagpanhik sa kaniyang hagdan, madali nang salubungin at itulak pabalik sa lupa ang gustong pumasok nang walang pahintulot.

Dahil sa mga bantay na iniharang ng binukot, hindi makaraan si Padre Obaba sa tinatawag niyang pintuan ng impiyerno kaya hinamon niya itong kerida ng diablo at senyora ng mga demonyo na ito ang pumanaog sa kubo para makipagtuos sa kaniya.

Isinugo ng binukot ang paborito niyang uhay para sabihin sa padre na hindi maaaring bumaba ng bahay ang binibini dahil ang mga binukot na gaya nito'y hindi maaaring tumapak sa lupa.

Nang marinig ito ng padre, lalo itong nagpuyos sa galit kaya binato nito ang bintanang nakasara gamit ang dalang baston. Ibabato na rin sana nito ang hawak na krusipiho nang biglang bumukas ang bintana at doon sumungaw ang bruhang nakatalukbong ng pinong telang tinatawag na kulili. Ayaw nitong ipakita ang sarili sa kaharap at ayaw din naman nitong makita ang kaharap.

"Tinawag akong kerida nitong matandang ulyaning ito," panimula ng binibini sa lahat ng mga naroon sapagkat nagsipaglabas na ng kani-kanilang mga bahay ang mga tagaroon para panoorin ang mangyayaring sabong. "Subalit ako at ako lang, si Sinilandang Bulan Abyang Kanaut Giningginging Bulawan, sa katunayan ang nag-iisang tunay na birheng pinagpala sa puod na ito!" sigaw niya sa lahat na parang nababaliw na at hindi na alam ang kaniyang mga sinasabi. Subalit sa katotohanan, alam na alam niya kung paanong sasaktan ang katunggali sa paghamon sa estado ng Birheng nananahimik nang mga oras na iyon sa kapilya.

"Ohohoy, aba virhen pa pala an isa na ito," bwelta naman ng kura. "Aba, guinang, baquin hindi mo aminin an catotohanan na caya ca pa hindi nacapag-aasawa sa gulang mo na iyan eh dahil ualang lalaqui na magcacamali na lumigao sa iyo dahil mas mokha ca pa na lalaqui sa canila na tanan, o baca nga isa ca talaga na lalaqui na nagtatago lang sa suot na babai, isa na bayi-bayi, bayot na bayi-bayi. Hehehehe. Hohohoho."

Hindi napigilan ng mga naroong magsihagalpakan sa tawa. Dinuro-duro pa ng padre ang babaeng naka-talukbong habang tuloy-tuloy ito sa kaniyang hehehehe at hohohoho. Hindi na nakatiis ang binukot sa pang-iinsulto ng kaharap. At dahil kanina pa nakabalik sa tabi nito ang paboritong uhay kaya inutusan niya itong kunin sa may dapugan ang nakapatong doong kondol. Na agad sinunod ni Luklak bagamat hindi niya naintindihan kung saan gagamitin ng kaniyang bai ang kondol. Inakala pa niyang ipapabaon ito sa dumadalaw na kura. Pero nang ibigay niya ito sa kaniyang bai, at nang abutin ito ng kaniyang bai, mabilis at ubod lakas nitong ibinalibag sa labas ang gulay na tumama sa ulo ng pari. Tumimbuwang sa kaniyang kinatatayuan ang kawawang sugo ng simbahan at ilang saglit din itong nawalan ng malay.

Sa unang pagkakataon, nakita ni Luklak na may silbi rin naman pala ang mga braso't kamay ng binukot lalo na't pagdating sa pagbalibag ng mga bagay gaya ng kondol.

Napabuntonghininga si Luklak. May ilang buwan na rin ang nagdaan buhat nang mangyari ang eskandalong iyon. At ngayon, kinakabahan siya dahil paano kung dito naman sa kanilang bahay biglang sumugod ang kura at ireklamo sa ama ang tamad nitong anak na tatlong araw nang hindi gumaganap ng obligasyon sa simbahan? Baka dahil sa galit, magbago ang isip ng pari. Baka hindi na siya binyagan at baka hindi na rin ibigay pa sa kaniya ang pangalang Isabel. Kawawa naman siya kung habambuhay na siyang magiging si Luklak. Dahil dito, hindi na rin tatanggapin sa langit ang kaniyang kaluluwa. Mapapasadagat-dagatang apoy na rin siya ng impiyerno kung saan muli silang magkakadaupang-palad ng kaniyang yumaong ina. At doon, marahil bilang parusa, habambuhay niyang kailangang suklayan at hingutuhan ang makasalanang ina pero sa halip na kuto at lisa ay mga uod, ipis, hantik, alupihan, at alakdan ang kaniyang kailangang suyurin mula sa makasalanang buhok nito.

At paano rin kung sumugod sa kanilang bahay ang binukot sakay ng duyang buhat-buhat ng mga uripon? Dahil tatlong araw na rin siyang hindi umaalalay sa torogan ay baka galit na rin sa kaniya ang kaniyang bai. Dahil tatlong araw na itong hindi nasusuklayan at nahihingutuhan kaya baka sa dami na ng mga kuto at lisa sa ulo nito'y kaya na itong ilipad at tangayin sa dagat ng mga alaga nitong kulabnon. Kapag nangyari iyon, mawawalan na ng dayang-dayang ang kanilang banwa. Hindi na maririnig ang magandang tinig ni Sinilandang Bulan sa mga kasal. Kanino pa nila maaaring marinig ang mga sugidanon? Ulyanin na ang kanilang babaylan. Wala itong matalas na memorya tulad ng sa binukot. Kaya mawawalan sila ng mahusay na mang-aawit at si Luklak ang may kasalanan ng lahat dahil nagpabaya ito sa kaniyang tungkulin. Baka sabihing wala siyang utang na loob, at dahil dito, baka nga maungkat pa ang mga sinaunang utang ng kanilang angkan sa angkan ng binukot na amo.

At paano kung magkasabay pa ng pagsugod sa kanilang bahay ang padre at ang binukot at sa kanilang bakuran muling magharap ang dalawa? Malaking disgrasya ito pag nagkataon. Maghahalo ang balat sa tinalupan. Muli silang makakapanood ng sabong.

Nang mangyari ang unang engkuwentro, hindi makapaniwala ang mga magulang ng binukot sa nagawa ng kanilang dalaga. Sa takot na ipadakip ng kura sa mga cuadrillero ang kanilang mutya, at sa takot na ikulong ito sa karsel kasama ng mga tulisan, remontados, at pilibustero, sinikap ng mga itong itago ang dalaga habang nakikipag-areglo ang ama sa simbahan. Sa huli, hiningi na lang ng padre na magbayad ito ng danyos. Wala nang mga bulawan ang ama ng binukot simula nga nang magsilbi ito bilang kabesa, ngunit sa pag-aambag-ambag ng mga magkakamag-anak, na ang iba'y sinadya pa sa malalayong puod, ay nakalikom din sila ng halagang isang daang pesetas na hinihingi ng paring naagrabyado. Halagang katumbas na halos ng isang karwaheng may kasama nang kabayo.

Simula noon, hindi na nga nagkrus ng landas ang pari at ang binukot. Kaya muling napabuntonghininga si Luklak habang iniisip ang posibleng muling pagkikita ng mortal na magkalaban, kung ano nang mangyayari sa kanila pag nagkagayon. At siya muli ang may kasalanan pag nagkagayon.

Totoong maraming naghihintay sa kaniya, napaghulo ni Luklak sa bandang huli. Nagtataka nga siya ngayon kung paanong nakapagpatuloy ang mundo sa loob ng tatlong araw na iyon nang wala siya.

Kaya sinubukan niyang kumilos. Sinubukan niyang bumangon sa higaan. Inalalayan siya nina Antay Dapuan at ng kaniyang ama mula sa magkabilang bisig. Pero kung bakit hindi siya makabangon anumang pilit ang kaniyang gawin.

3

Paghabol sa Unggoy na May Pulang Salawal

Kung nabubuhay pa ang mahal kong asawa
(Sumalangit Nawa ang kanyang kaluluwa),
naturuan niya sana si Judith na magburda,
manahi, magsulsi ng aking kamiseta,
magluto, maglinis, magbuntis, mag-alaga ng batà—
ngunit alam niyo naman ang kinahihinatnan
ng anak na babaeng sa ama lamang naiwan.

—Faye Cura, "Fille, 1799"

INIKOT NG SIRUHANO ang loob ng bahay. Hinahanap sa mga sulok ang kaibigang haraywan, tinatawag ang gabay na tuyaw. "Uway, nasaan ka?" ang paulit-ulit nitong tawag. "Bakit ka umalis? Saan ka tumakbo? Huwag mo akong iwan dito."

Nang mapagod, tinabihan nito si Udoy na nananabako sa harap ng bintana.

"Suko na ako," bulong ng siruhano na parang mga balikat ni Udoy ang dinadaingan. Hindi ito makatingin nang diretso sa ama ng bata. "Mapapahiya 'ata ako sa isang ito. Akala ko naman naagaw ko nang buo ang bata mo. Hindi pala. Kalahati lang pala ang nakaya kong ibalik. Nawaglit ang kabilang kalahati mula baywang hanggang paa. Naiwan doon sa bitag."

Pumapalatak pa ang matanda habang nagpapaliwanag. Maririnig ang panghihinayang sa kaniyang mga salita na parang ito mismo ang nawalan ng binti at paa.

Naririnig ni Luklak ang mga sinasabi ng siruhano sa kaniyang ama. Hindi pa raw nito alam ang susunod na gagawin. Kailangan pang muling makinig at makiramdam sa sinasabi ng kaibigang tuyaw para malaman kung paanong pagbawi ang gagawin sa natitirang bahagi ng dalagitang hindi pa rin nagigising.

Kitang-kita nga ni Luklak ang pagod na tila biglang lumambong sa buong anyo ng siruhano na kanina lang ay maliksing nagbabagting ng dala nitong karatong. Na para itong nanggaling sa isang napakalayong paglalakbay at ngayon pa lang makahihinto para habulin ang sariling hininga. Ang sabi pa ng siruhano, matapos ang tatlong araw na pakikihamok, ngayon lang ito nakaramdam ng ganitong panghihina ng kaluluwa. Kaya kailangan muna nitong mamahinga.

Inalok ito ng tabako ng ama pero tumanggi. Nagpaalam nang aalis ngunit nangakong babalik para sa susunod na ritwal. Nagbilin ito para sa gagamiting manok na alay. Iyong inaheng kulay apoy, na kakulay din ng tuba.

Maraming dumadalaw sa kanilang bahay dahil gusto siyang masilip. Ang iba, dito na nga sa kanila kumakain at umiinom. Nakikibahagi sa pakain na inihahanda ng ama para sa mga ritwal ni Antay Dapuan. Pero nang lumaon, ang ama na ang nagtataboy sa mga ito. Madalas na ring nakasara ang kanilang bintana. Tinabingan ng makakapal na sawali. Kinurtinahan pa ang kaniyang tulugan. Para na rin siyang binukot na iniiwas sa paningin ng madla.

Ang binatang si Minyot ang katulong ng ama sa pag-aayos ng kanilang bahay. Si Minyot ang kaniyang mapapangasawa balang-araw. Hindi dahil gusto niya kundi dahil ito ang napagkasunduan ng kani-kanilang mga magulang.

Isang tag-araw at isang tag-ulan ang nakararaan, isang hapong tuloy-tuloy ang patak ng ambon at lumilikha siya noon sa kanilang likuran ng mga taong putik na kasing-liliit lang ng kaniyang mga daliri, nang dumating ang mga magulang ni Minyot sa kanilang bahay para hilingin sa kaniyang pamilya ang pagsasagawa sa ritwal ng higara, na ritwal na mag-uugnay sa dalawang pamilya. Matalik na kaibigan ng kaniyang ama ang tatay ni Minyot. No'ng kanilang kabataan, naligaw daw ang dalawa sa gubat kung saan sila nangangaso. Hindi sinasadyang makaapak ang kaniyang ama ng matulis na buho mula sa bitag ng baboyramo. Mabilis na kumilos ang ama ni Minyot para hanapan ng mga dahong pantapal ang sugat ng kasama at talian ang paa ng malinis na tela upang mapigil ang pag-agas ng dugo. Mula roon, buong malasakit na inakay ng ama ni Minyot ang ama ni Luklak. Binubuhat kung mahirap ang daan. Hanggang makalabas ang dalawa ng gubat.

Sa silong ng kanilang bahay tumawag ang managhusay na tagapamagitan. Sinabi nitong naparoon sila dahil sa napakahalagang sadya. Na sila'y nagmula pa sa malayong ibayo (kahit galing lang sila sa kabilang sityo). Na may hinahanap silang ibon na doon nila nakitang dumapo, at kung mamarapatin ng mga magulang ni Luklak na sila'y pumanhik ng bahay upang masilayan sa wakas ang nasa-bing ibon. Nagpaumanhin ang ama ni Luklak sa manag-husay sapagkat gigiray-giray ang hagdang nais nitong akyatin at binubukbok pa ang mga kawayang baitang (kahit bagong isis ang mga ito, dahil ang tinatanong talaga sa managhusay ay kung anong maibibigay nito kapalit ng pag-akyat sa hagdan).

Sumagot ang managhusay na wala silang pilak o bulawang maibibigay, ngunit sa susunod na pagpunta, titiyakin nilang magdadala sila ng mga bagong putol na kawayan upang ipalit sa binubukbok na hagdan.

At sa ganitong unawaan, pinapanhik ng bahay ang mga magulang ni Minyot.

Habang sa likod-bahay, aligagang pinaakyat si Luklak ng kaniyang ina para pagbihisin ng bagong damit. Iaakyat pa sana ng dalagita ang kaniyang mga liktao na tawag sa mga hinugis niyang taong putik, nang ipagbabalibag ito ng kaniyang ina pabalik sa putikan. Tinitigan niya nang masama ang ina. Itinutok ang nanlilisik na paningin na parang sinasabing "May araw ka rin!" dahil sa ginawa nito sa kaniyang mga liktao. Sinampal siya ng ina at saka sinabihang magpakatino dahil meron silang mga bisita.

Nang makapanhik ng bahay ang managhusay, nagsiupo ang lahat para pag-usapan ang tungkol sa sadya nitong ibon. Matagal ang kanilang naging pag-uusap tungkol sa ibong ito ngunit dahil magaling ang managhusay kaya kapwa naging masaya ang dalawang pamilya sa kanilang napagkaisahang tuos, na tawag sa kasunduan ng mga angkan. At matapos ang mahabang usapan, upang mapagtibay ang kasunduan, nagkatay sila ng baboy at manok at inilabas ang iba pang mga pagkaing dala ng mga magulang ni Minyot. Inilagay sa kanilang harap ang dalawang malalaking banga ng pangasi. Naupo sa gawing kanan ng silid ang mga magulang ni Luklak. Sa harap naman nila naupo ang mga magulang ni Minyot. Kumuha ng pagkain ang ama ni Minyot at isinubo ito sa ama ni Luklak. Kumuha muli ito ng pagkain na isinubo naman sa ina ni Luklak. Pagkatapos nito, ang ama naman ni Luklak ang nagsubo ng pagkain sa ama at ina ni Minyot. At sinubuan ng ina ni Minyot ang ina ni Luklak at gayon din ang ginawa ng ina nito sa ina ng binata. Matapos ang pagbabahaginan ng pagkain, binuksan ang dalawang malaking banga ng pangasi na nasa kanilang kalagitnaan. Kinuha ng ama ni Minyot ang layuk na panipsip ng alak mula sa banga. Sumipsip mula rito ang ama ni Luklak. Sumunod ang ina ni Minyot na sinundan naman ng ina ni Luklak. Pagkatapos nito, sina Luklak at Minyot naman ang naupo at magkasabay na kumain. Pagkaraan nila, ang iba pang mga kaanak naman ang pinagsilbihan ng makakain at maiinom. Pagkatapos ng handaan, ginanap naman ang tugtugan, sayawan, at tuloy-tuloy na inuman. Sa dulo ng higara, ipinagkaloob ng ama ni Minyot sa kaniyang ama ang bangkaw nito. Kalahati ng kinatay na baboy ay ipinagkaloob din nito sa ama ni Luklak at sa mga kaanak nitong nagsidalo. Bago isinara ang higara, nagkaroon pa ng kasunduan na sa susunod na taon, ang pamilya naman ni Udoy ang dadalaw sa tahanan ng pamilya ni Minyot para magsaganap muli ng isa pang higara.

Kasama sa kasunduan na bilang mapapangasawa, tungkulin ni Minyot na manilbihan sa pamilya ni Luklak sa loob ng isang taon. Kasama sa pagsisilbi ang pagsisibak ng kahoy, pag-iigib ng tubig, at pagtulong sa pagsasaka at sa mga gawain ng pagpapatibay at pagpapalawak ng bahay.

Limang taon ang tanda ni Minyot sa dalagita. Hindi ito ang makisig na buyung sa mga kuwento ni Sinilandang Bulan. Sungki ang ngipin nito sa harapan na nasisilip niya kapag tumatawa ang binata. Sarat ang ilong na tinatawag sa kanilang lugar na "kurapa-dapa nga irong" kaya nakakatuwaan niyang tawaging "kuradapalong," malapad din ang labi, ngunit maamo ang mga mata pati na ang kayarian ng buong mukha. Hindi rin ito tulad ng mga maginoong may mga bulawang nakahandang itumbas sa bigat ng timbang ng kanilang mapapangasawa. Wala itong bahanding maipagkakaloob sa pamilya ni Luklak maliban sa halos araw-araw nitong pagsisilbi. Sa tuwing dumarating ang binata, may dala itong santol at uraro para sa dalagita sa pag-aakalang ito ang mga paborito ng mapapangasawa. Kung minsan may dala rin itong sibuyas at luya. Hindi sigurado si Luklak kung para sa kaniya rin ba talaga ang mga sibuyas at luya. Madalas lang niyang marinig buhat sa binata ang tungkol sa kalakalan sa may pantalan, na dahil may palitan ng mga sibuyas at luyang nagaganap doon. At dahil galing pantalan, may dala rin itong mga isdang gaya ng labahita, sampal-puke, at rumba-rumba.

Kung hindi isang makisig na buyung si Minyot, hindi rin naman binukot si Luklak na may kaakit-akit na anyo. Ngunit nakita ng binata sa dalagita ang diwa ng isang ibong malaya. Na hindi magiging mapaghanap at palaasa kapag kaniya nang napangasawa, at sa kaniyang isip, alam niyang ganito ang babaeng kailangan niya.

Bilang anak na lalaki ng kaniyang ama, nais nitong magdala ng karangalan sa kaniyang pamilya. Kaya pakakasalan niya si Luklak at tutuparin ang naging kasunduan upang hindi maging kahiya-hiya ang kaniyang ama. Sa isang banda, may pangarap siya para sa sarili niya hiwalay sa nais ng kaniyang pamilya. Pagdating ng panahon, nais din niyang maglayag sa malalayong lugar, sumama sa mga biyaherong madalas na kung nakababalik pa sa kanilang bayan ay binibilang ng taon. Nais niyang sumama sa mga manlalakbay na nakararating sa mga bayang naririnig lang niya ang mga pangalan sa umpukan ng mga mangangalakal sa pantalan: Sabah, Sulawesi, Bornay, Sumatra, at Malakas pati na ang mga kuwento ng mga marinero tungkol sa mga lugar na ito. Ang problema, wala siyang sariling balangay. Kung saka-sakali, makikisakay lang siya bilang tripulante ng bangkang matataunang bibiyahe. Kaya hindi niya maisasama si Luklak sampu ng kanilang magiging mga anak sa pagalis. Wala sa kaniyang kakayahan ang umalis kasama ang sariling pamilya. At si Luklak ang tipo ng magiging asawang hindi magpapahirap sa kaniya kung sakaling dumating ang araw na iyon na kailanganin na niyang maglakbay. Dahil nakikita niya ang babaeng ito na parang isang ibon na ang kailangan lang sa buhay ay hanging maliliparan at batong madadapuan. Kaya alam niyang maaari niya itong iwan sa kanilang puod. Hindi ito labis na magdaramdam kung iiwan niya sa kaniyang mga magulang. Kaya sa pagpapakasal kay Luklak, matutupad niya kapwa ang dalawang gusto sa buhay: bigyang lugod ang mga magulang at bigyang katuparan ang tunay na pangarap.

Pero siyempre, hindi niya ito sinasabi kay Luklak. At dahil hindi niya ito binabanggit, kaya hindi rin niya alam na pangarap din pala ni Luklak na makapaglakbay sa malalayong lugar. At tulad ng binata, nakikita rin ni Luklak ang malayang paglalakbay sa hinaharap nang hindi kasama ang asawa. Dahil hindi para sa mga babaeng tulad niya ang ganitong mga paglalakbay. Lugar ito ng mga lalaki. Isa itong hindi nasusulat na kautusan na batid niyang mas mahihirapan siyang buwagin habang nakadikit sa kaniya ang asawang lalaki.

Alam ni Luklak na magpapakasal siya sa lalaki pero hindi siya magpapabuntis dito. Kung hindi niya mabibigyan ng anak ang asawa, isasauli siya nito sa kaniyang pamilya. Sa ganitong paraan siya lalaya mula sa kasunduan. Sa ganito niya makakamit ang pangarap na makaalis ng Bariwbariwan balang araw. Alam niya kung paano gaagawin ang pagpipigil sa pagbubuntis. Natutuhan niya iyon sa kaniyang ina, dahil para sa isang madaling nabuntis ng kung sino o ano sa bakawan, ay marami palang nalalaman ang ina sa ganitong pangangalaga ng sariling katawan.

Kaya tinitingnan nina Minyot at Luklak ang isa't isa bilang kaawa-awang biktima ng kasunduan ng kanilang mga pamilya, nakalaan sa malungkot na buhay ng pag-iisa. Kaya habang hinihintay nilang sumapit ang araw ng kanilang kasal, sinisikap na nilang maging mabuti sa isa't isa yaman din lang na alam na nilang hindi sila magiging mabuting asawa ng isa't isa.

Bukod sa kani-kanilang mga lihim na balak, may sariling balak din sa kanila ang kani-kanilang mga magulang. Gusto ng mga magulang ni Luklak na makapagtayo ang magiging bagong mag-asawa ng sarili nilang magiging bahay at makapaglinang ng sariling lupang mapagtataniman. Gusto ng mga magulang ni Minyot na bukod sa kasal na gagawin sa harap ng matatanda ng kanilang banwa, may kasal din na magaganap sa simbahan. Hindi man marangya ang kanilang magiging kasal ngunit kasal itong kikilalanin ng mga bathala mula sa magkabilang bakuran. Kaya kailangan munang magpabinyag sa pari ang kanilang buong angkan. Si Padre Obaba ang magbibinyag sa kanilang lahat at kukunin nila itong ninong sa kanilang binyag at kasal. Kaya sabay na magpapabautismo sina Minyot at Luklak. Sabay rin silang magpapalit ng kanilang mga pangalan. Siya'y magiging si Isabel at si Minyot naman ay magiging si Juan. Dela Cruz ang kukunin nilang apelyido. Sila ang magiging unang Familia dela Cruz sa kanilang puod.

"Inumin mo itong tawatawa." Si Minyot ang naghatid ng sabaw. Hindi pa rin maikilos ni Luklak ang mga binti at paa pero ayaw din naman nitong mahiga na lang sa banig na parang may karamdaman.

"Hindi mo na kailangang magsilbi sa amin," sabi ni Luklak sa binata. "Umuwi ka na sa inyo. Baka hinahanap ka na ng mga magulang mo."

"Inumin mo na 'yang sabaw. Sabi ng siruhano, makakatulong daw 'yan para manumbalik ang daloy ng dugo sa buo mong katawan," sagot sa kaniya ni Minyot.

Nilagok ng dalaga ang sabaw.

"Mapait ba? Kapag wala raw lasa ang tawatawa at naiinom itong parang tubig, ibig sabihin maayos na ang kalusugan ng umiinom. Pero kung mapait sa panlasa na di halos mainom, ibig sabihin, may problema raw sa dugo ang umiinom. Nagbabago ang lasa pero hindi ang iniinom."

"Naintindihan mo naman ang sinabi ko, hindi ba? Hindi mo na ito talaga kailangang gawin. Hindi mo na kailangang manuyo. Nakakahiya sa iyo pati sa mga magulang mo."

"Hindi mo dapat sinasabi 'yan. Parang mga magulang mo na rin ang mga magulang ko."

"Alam mo bang kinausap ng mga magulang mo ang tatay ko? Nag-aalala raw ang mga magulang mo."

"Dahil?"

"Dahil dito sa nangyari sa akin, saan pa?"

"Tama lang namang mag-alala sila. Parang anak na rin ang turing nila sa 'yo."

"Nag-aalala silang baka hindi na ako makabangon. Kung sakaling hindi na nga ako makabangon, ano?"

Totoong may mabigat na dahilan para mag-alala ang mga magulang ng binata. Sa kanilang lugar, hindi gugustuhin ng kahit sinong magkaroon ng kahit anong kaugnayan sa isang naingkantu. Ang mga naingkantu na kung hindi nawawala sa paningin ng iba ay nawawala naman sa kanilang sariling pag-iisip. Kung maglalahong bigla mula sa mga mahal nito sa buhay, magsasama pa ito ng isa. Kaya ang pakikiugnay sa naingkantu ay parang pakikiugnay na rin sa mga ingkantu. Isang nakakatakot na pakikiugnay dahil puwedeng magdulot ng matinding suwerte pero puwede ring magdala ng matinding kamalasan, o di naman kaya, suwerte na may balik na tatlong ulit na kamalasan. At kung minsan, hindi lang angkan ang tinatamaan ng malas kundi ang buong bayan. Kaya ang mga ganito, madalas na lang ding ipinapaanod sa gitna ng laut, ipinapaubaya na lang sa mga diwata, lalo na't kung hindi na mapagaling ng kahit pinakamagaling na siruhano o babaylan.

Bago pa man ito nangyari sa kaniya—itong kaniyang pagkamatay at muling pagkabuhay sa loob ng tatlong araw—simula pa nang kumalat ang balita tungkol sa kaniyang ina at sa lihim nitong kinakatagpo sa bakawan, naramdaman na ni Luklak ang pagbabago sa pakikitungo ng mga kababaryo. Sinusuri siya ng tingin, lalo ng mga kalalakihan at matatanda sa kanilang lugar, siya at ang kaniyang mga hakbang, para malaman siguro kung siya rin ba ay may itinatago. Napansin niyang kapag dumaraan siya sa umpukan ng mga kababaryo, agad na natatahimik ang maingay na daldalan ng mga ito. At kapag nakalampas na siya nang kaunti, may ilan pang hahabol sa kaniya ng tingin. Sa kunot ng kanilang mga noo, parang nag-aalala na baka nangyari na sa anak ang nangyari sa ina. At ngayong nangyari na nga ito sa kaniya, hindi ba't lalong nagatungan kundi man napatunayan ang matagal nang hinala ng mga tao tungkol sa kaniya? Hindi kaya ito rin ang inaalala ngayon ng mga magulang ni Minyot? Hindi niya alam. Ngunit ayaw naman niyang tiyakin sa ama o sa binatang mapapangasawa. Simula nang magising siya, bukod sa kaniyang ama, kay Antay Dapuan, at Minyot, wala pa siyang ibang taong nakakausap.

Kaya nagtataka siya kung bakit narito pa rin ang binata. Kung bakit pumayag ang kaniyang ama na pumanhik pa ito ng kanilang bahay. Naisip din niyang baka ang ama nga nito ang nakiusap sa binata na magbalik sa bahay nila para aliwin siya. Naisip kaya ng kaniyang ama na kaya siyang aliwin nitong binatang mukhang manok na tuliyawnon? Naisip ni Luklak na mukha nga itong tuliyawnon lalo na pag nakatagilid.

"Baka hinahanap ka na sa inyo. Anong sasabihin ng mga magulang mo kapag nalaman nilang nagpupunta ka pa rito?"

Hindi ko alam kung anong gagawin ko dito kay Minyot. Kung minsan, gusto ko na lang mahalin dahil siya rin naman ang magiging bana ko balang araw.

"Hindi naman puwedeng magbago ng isip ang aking mga magulang nang gano'n lang kabilis," pagtitiyak ni Minyot sa kasintahan. "Hihintayin ka nilang gumaling. Ako rin. Babalik-balikan kita rito hanggang sa tuluyan ka nang gumaling. Ang sabi ng matatanda, kasintibay ng sanduguan ang higarang isinagawa noon ng ating mga magulang."

Gusto na niyang paalisin ang binata kahit pa mag-asal siyang tila walang utang na loob. Dahil hindi niya ito matiis. Naaawa siya rito.

Inubos ng dalagita ang lumalamig nang sabaw. Ubod ito ng pakla. Hindi nga mapait ngunit hindi rin niya gusto ang mapakla, maalat-alat, at malansa-lansang lasa nito na parang dugo.

Nakita ng binata ang ngiwi sa kaniyang bibig na reaksyon niya sa sabaw kaya muli nitong kinumusta ang lasa.

Sasabihin sana niyang lasang dugo pero anong sinasabi nito tungkol sa kaniyang lagay kung ang panlasa niya rito'y indikasyon nga ng kaniyang kalusugan tulad ng ipinaliwanag kanina ng binata? Kaya minabuti na lang niyang sarilinin ito. Naisip niyang maraming mga bagay ang kailangan na rin niyang sarilinin simula ngayon.

ANG HINDI TALAGA MATIIS ni Luklak ay ang sariling kawalan ng silbi. Lalo pa't hinahatiran pa siya ng pagkain sa higaan para lang makakain. Ang ama na lang ang kasama niya sa buhay. Ayaw niyang maging pabigat pa rito. Kaya nang gabing umalis ang ama para magbantay sa balwarte at mag-isa na lang siya sa kanilang bahay, sinikap niyang pag-aralan kung paano maikikilos ang mga binti at paa.

Nakiramdam siyang mabuti. Sinubok galaw-galawin ang mga daliri sa paa. Nagulat siya nang matuklasang naikikilos na niya ang mga ito. Sumunod na iginalaw-galaw ang mga paa. Salitan sa pagtaas-baba. Naikikilos na rin niya pati ang kaniyang mga binti at hita. Hindi naman pala siya talaga tuluyang naparalisa. Lalong hindi rin siya nalumpo. Kayang-kaya na niyang ikilos ang buong bahagi ng katawan mula baywang pababa. Hindi nga lang siya kayang buhatin ng kaniyang sariling mga binti at paa para maging tungtungan niya sa kaniyang pagtindig. Hindi pa siya maaaring makatayo. Pero magilas ang mga bahaging ito sa pagsipa at pagsikad. At nakakasulong siya sa ganitong pag-usad ng katawan. Para siyang sanggol na noon pa lang natututong gumapang. Na lalong bumibilis kapag sinabayan na ng mga braso at kamay. At nang gumamit siya ng puwersa mula sa kaniyang dibdib para maitulak ang sarili, natuklasan din niyang mas malakas at mas may kapit ang kaniyang mga braso at kamay, na simula noon ay tatawagin na niyang unahan, kaysa sa kaniyang mga binti at paa na simula noon ay tatawagin niyang hulihan.

Unti-unti, inaral niya ang bagong kasanayan sa paggapang, kung paanong makaliliko at makaaatras. Gumapang siya sa buong kabahayan. Nagawa niyang bumaba ng hagdan, una ulo. Nagawa rin niyang umakyat uli ng hagdan, una uli ang ulo. Sinubukan naman niyang bumaba muli ng hagdan na una naman ang mga paa at gayon din sa pag-akyat. Nagawa rin niyang maisiksik at maipasok ang sarili sa mga sulok na di niya dating inakalang kaya niyang pasukin.

Isipin ang ebolusyon ng tao mula sa pagiging hayop na gumagapang tungo sa pagiging nilalang na nakatatayo at nakalalakad sa dalawang paa. Isipin ang ilang milyong taong kailangang magdaan bago naabot ng tao ang pagiging homo erectus, bago naging ganap na tao ang tao, bago naging ganap ang kaibhan niya sa ibang mga hayop. Ang nagawa sa tao ng milyon-milyong taong iyon, nabaliktad sa loob lang ng sansaglit sa katawan ng dalagitang si Luklak. Si Luklak na taong dating nakatatayo at nakalalakad sa dalawang paa, oras lamang ang kinailangan para magbalik muli sa pagiging gumagapang na nilalang.

DI GAYA NG MGA KARANIWANG GABI, bukod sa hindi naglasing, mas maagang nagpaalam umuwi si Udoy buhat sa pagbabantay. Naintindihan ng mga kasama nito na wala itong ibang maaaring asahang mag-alaga sa anak na nakaratay pa rin sa higaan.

May labinlimang minutong lakad lang halos ang layo ng kanilang bahay buhat sa pampang. Bagamat malapit lang ang kanilang bahay kung tutuusin, at kilalang tahimik ang kanilang lugar, nakasukbit pa rin sa baywang ni Udoy ang bagong hasang itak. Hindi tulisan o sira ulong kapitbahay ang pinaglalaanan.

Hindi niya ito sinasabi kahit kanino. Na noong gabing umuwi siya (o madaling araw na ba iyon?) at madatnan ang anak sa mahiwaga nitong pagkakahimbing, may nasalubong siyang isang malaking unggoy sa daan. Maraming unggoy sa gubat ngunit hindi karaniwang nasasalubong ang mga ito sa ganoong oras sa gitna ng daan. At hindi rin naman karaniwang unggoy ang kaniyang nasalubong.

Madilim noon at tinatabingan pa ito ng mga anino galing sa naglalakihang sanga ng mga puno. Sa umpisa, inakala niyang maliit na tao. Pero nang paika-ika itong lumapit sa kaniya, hanggang sa mailuwa ito ng mga anino para maihantad sa liwanag ng buwan, nakita niyang isa itong unggoy na may suot na pulang salawal.

Inangilan siya nito at saka mabilis na dinamba. Napaatras si Udoy sa matinding gulat at tuluyang napalugmok sa lupa. Wala siyang nagawa nang daganan siya ng mabigat at mabalahibo nitong katawan.

Galit na galit ang unggoy. Inilapit pa nito ang mukha sa kaniyang mukha. Tila nais ipakita sa kaniya ang nanlilisik na mata at matatalim na pangil. Handa siyang sakmalin. Narinig niya ang pinakamalakas na kabog ng sariling dibdib nang marinig niya itong nagsalita. Tinanong kung siya ba si Udoy. Pero hindi na niya kailangan pang sumagot dahil tila kilalang-kilala na siya nito. Nais lang makasigurado.

"Anong kasalanan ko sa iyo?" nagawa pang maitanong ni Udoy sa kabila ng pagtigil ng daloy ng dugo dahil sa takot.

"Pinapatay mo ang aking mag-ina," sagot ng unggoy sa boses ng taong tila umiiyak sa paghahanap ng katarungan. "Ikaw naman ngayon ang mamamatay!"

"Sinong mag-ina? Hindi ako nangangaso ng unggoy!"

"Pinapatay" ang sabi ng unggoy. Hindi sinabing siya mismo ang pumatay. Sa isang iglap, nagliwayway kay Udoy ang mag-inang tinutukoy. Ang mag-ina. Walang iba.

"Ikaw!" naibulalas ni Udoy na parang may ilog na biglang bumulwak sa kaniyang loob.

Sandaling huminto ang unggoy sa gagawin sanang pagdukit sa kaniyang mata gamit ang matalim na kuko. Dahil may bigla itong nakita sa mukha ng kaniyang bihag.

Takot ngunit hindi para sa sariling buhay. Siniyasat na mabuti ang takot na ito. Nang biglang mapalis ang galit sa mukha ng nagsisiyasat.

Nginisihan siya ng unggoy.

"Magbunong-braso kita," hamon nito. "Kapag natalo mo ako, pauuwiin kita sa inyo nang buhay. Kapag natalo kita, pauuwiin pa rin kita. Pero kailangan mong ibigay sa akin ang babaeng madadatnan mo sa bahay. Ito ang ipapalit mo sa aking asawang namatay. Ganyan ang ating magiging kasunduan kung gusto mo pang mabuhay."

Maraming dahilan kung bakit hindi siya dapat pumayag. Pero ito lang ang paraan para makauwi siya ngayong gabi sa kaniyang anak. Nagbunong-braso sila sa ibabaw ng isang malaking bato. Sa simula, inakala niyang parang pakikipagbuno lang sa isang bata ang mangyayari. Pero nagkamali siya ng akala.

Para siyang daga sa mga kuko ng pusang nais munang paglaruan bago kainin. Bago siya pinauwi, sinabi pa ng unggoy na magbabalik ito sa susunod na pagbilog ng buwan para maningil.

May tatlong gabi nang nakararaan simula nang magpakita ang unggoy. Ngayon ang ikaapat at hindi pa ito bumabalik para manggulo o magparamdam. Pero mabuti na ang laging handa. Kaya laging nakasukbit ang kaniyang itak sa tuwing naglalakad siya sa gabi. Hinding-hindi na siya padadaig sa susunod na magkrus ang kanilang daan.

Ilang hakbang na lang siya bago makarating ng bahay nang biglang hawakan niya ang puluhan ng kaniyang itak. May natanaw siyang kakaibang anyo na lumalabas galing sa kanilang bahay. Sumusugod patungo sa kaniyang direksyon. Inakala niyang aso sa simula. Pero nakita rin niya kalaunan na higit itong malaki sa karaniwang aso. Kaya tuluyan niyang hinugot ang itak mula sa suksukan. Ngunit nang makalapit ang sumusugod na anyo, narinig niya ang pamilyar na boses ng anak, at nakita niyang si

Luklak lang pala ito. Ngunit bakit nakakabit ang mukha sa katawan ng isang malaking hayop na gumagapang? Dahil pagapang itong lumalapit sa kaniya.

Agad nitong itinago ang itak na muntik nang naipantaga sa sariling anak. Nalilito si Udoy. Hindi makapaniwala. Gusto niyang matuwa na hindi na nakatali sa higaan ang anak. Pero hindi niya maunawaan kung bakit ito gumagapang na parang dati na itong sanay sa ganoong paraan ng pag-usad ng katawan. Na parang ito na ang nakagisnan nitong pagkilos simula pagsilang.

Sinabayan pa ito ng kanilang alagang aso sa pagsalubong sa kaniya. Itong alaga niyang aso na nakaligtaan pala niyang itali sa harap ng kanilang kamalig gaya ng madalas niyang gawin bago umalis ng bahay.

"Bakit ka pa lumabas?" nag-aalalang tanong ni Udoy sa anak.

Nakangiti si Luklak. Ito ang dahilan bakit niya sinalubong ang ama malayo pa lang. Gusto niyang ipakita ang masayang balita.

Hindi na hinintay ng amang makasagot ang anak. Walang imik nitong binuhat si Luklak at inihatid pabalik sa loob ng bahay. Inilapag sa isang sulok. Kinamusta ang lagay nito. Matapos magsindi ng ilawan para lalong makita ang lagay ng dalagita, inilabas niya ang dala-dalang buslo na may lamang tapang karne ng usa na nakabalot sa dahon ng saging. Alam niyang paborito ito ni Luklak, at alam din niyang bihirang makatikim nito ang anak. Kaya mabilis niya itong inihain sa dalagita. Hindi na nga hinintay na mag-umaga bago nila ito pagsaluhan sa kanilang almusal.

Agad pumilas si Luklak ng malaking piraso. Sabik na nilantakan. Tuloy-tuloy na sana ang paglantak nang bigla itong nabilaukan. Biglang tumigil sa pagnguya. Nilura ng dalagita ang karne kahit nasa harap lang niya ang amang nagdulot nito sa kaniya.

"'Tay, lasang bulok!"

“Paano magiging bulok, e tapa ’yan?”

“Bulok na talaga, ’Tay.”

Itinulak pa ni Luklak ang tira papunta sa ama. Gustong hamuning ito ang tumikim sa dala nitong pagkain para mapurbahan kung maaari nga ba talagang kainin ang karneng hindi niya makain-kain.

Kaya naman nang tikman ni Udoy at nang masiyahan siya sa kaniyang natikman, kinutusan niya sa ulo ang anak.

“Hindi ka ba marunong tumikim ng maayos na pagkain?” Hindi dapat sinasayang ang pagkain lalo na itong dala niya dahil isang linggong sahod niya halos sa pagbabantay sa balwarte ang kapalit nito.

“Kumain ka,” utos nito sa anak. “Kailangan mong kumain. Kailangan mo ’yan para ka lumakas.” Pilit niyang isinubo sa bibig ng anak ang karne.

Iniharang ni Luklak ang sariling kamay sa bibig. Umiling-iling sa pamimilit ng ama.

“Hindi ako gutom,” pagsisinungaling ng dalagita.

“Anong gusto mong kainin?” tanong ng ama. Na parang handa nitong hanapin at iuwi ang anumang pagkaing babanggitin ng anak.

“Hindi ko alam. Hindi ako gutom.”

Hindi na pinilit ni Udoy ang anak kahit pa alam niyang nagsisinungaling ito. “Bukas, ikaw ang maghanap ng sarili mong pagkain.”

Kinabukasan, tirik na ang araw nang magising si Udoy. Una niyang hinanap si Luklak pero wala na ito sa bahay. Agad lumabas si Udoy para tingnan kung nasa bakuran ito. Naisip niyang dahil nakalalabas na ng bahay ang anak, nangangahulugang tuluyan na itong gumaling. Baka nakapaglalakad na ito nang maayos. Pero di rin niya maiwasang mag-alala. Di siya matahimik sa bahay kahit gustuhin man niyang ituloy na lang ang pamamahinga. Kaya nagtungo siya sa dalampasigan para hanapin doon ang anak. Sa daan, nasasalubong niya ang ilang kapitbahay. Iningatan niyang magtanong sa mga ito. Kapag ang mga ito naman ang nagtatanong kung saan siya papunta, kung ano-anong mga pagdadahilan ang isinasagot niya.

Hindi niya mahanap si Luklak kahit saang umpukan ng mga tao. Nagbakasali rin siya sa kumbento. Pero nang sa kaniya pa hanapin ng mga nagsisilbi rito ang kaniyang anak at kumustahin sa kaniya ang lagay nito, nahiwatigan na ni Udoy na hindi pa nagagawi roon ang dalagita. Ganoon din ang nangyari sa torogan ni Sinilandang Bulan.

Tanghali na nang makauwi siya. Malayo pa lang, dinig na niyang may kinakahulan sa loob ng kanilang bahay ang alagang aso. At pagpasok niya, sinalubong agad siya ng napakalansang amoy. Nadatnan niya sa may abuhan ang anak na kumakain ng hilaw na tulingan. Kasama nitong kumakain ang itim na alaga nitong pusa. Ang hasang at palikpik ay sa pusa napupunta. Ang laman at lamangloob ay sa amo nito. Habang maligalig na kumakahol sa dalawa ang asong ayaw isali. Sa dami ng mga tinik na nakakalat sa paligid, makikitang marami-raming isda na rin ang nakain ng mag-amo.

"Animal kang bata ka!" sigaw ni Udoy. Sabay hablot sa nakahandang panghampas na rattan. Inihambalos niya ito sa nilalang na tinawag niyang animal na nagkataong mabilis pala kung umilag. Mabilis din itong nakatakbo gamit ang dalawang paa at dalawa nitong kamay. Naka-gapang agad na parang talangka sa buhanginan papunta sa likod ng malaking lusong. Naghabulan silang mag-ama paikot sa lusong. Hanggang sa napagod at tuluyang hiningal ang humahabol. Kaya sa halip na gawin ang pamamalo sa anak, ipinukol na lamang ng ama ang pama-long sanga sa bata. Nang hindi ito tinamaan ay ipinalinis na lang nito ang nagkalat na tinik, palikpik, at dugo at saka sinabihang ayaw nitong may maamoy na malansa sa bahay.

Nang sumunod na araw, may narinig si Udoy na ingay ng mga ibon sa kanilang likuran. Pumaroon siya sa likod ng kanilang bahay para alamin kung saan nanggagaling ang ingay. Mga pugo pala. Sampung lahat na pilit humuhulagpos sa kani-kanilang pagkakatali sa haligi ng kamalig. Matataba nang kaniyang siyasatin. Kasinglaki ng manok ang ilan. Hindi niya alam kung paanong napunta roon ang gano'n karaming pugo. Hindi kaya ng si'ed na karaniwang bitag na gamit nila sa mga ibon na makahuli ng ganito karami sa loob lang ng isang araw. Dahil kailangan pang maghintay nang matagal kung may tutukang ibon sa inihandang pain. At minsan, lumilipas ang ilang araw bago ito may mabitag kung mayroon man itong mabibitag.

Agad niyang hinanap ang anak para tanungin. Pero nadatnan niya itong mahimbing na natutulog—ang mga paa, binti, at damit, tadtad pa ng mga amorseko, damo, bahid ng putik, at tila mga himulmol na bulak na sa katotohanan ay mga balahibo ng ibon.

Isang linggo rin nilang ulam ang mga pugo. Si Luklak, na hindi pa rin nakatatayo at nakalalakad nang tuwid, ang kumakatay at nagbabalahibo sa mga ito. May parte ng karne na itatabi nito para mailuto at may ilalaan din para makain nang hilaw. Minsan, nang makita ni Udoy na pinapangos ng dalagita ang hilaw na karne ng hayop na di na niya mawari kung anong hayop, sinabihan lang niya itong pigaan man lang sana ng kalamansi ang kinakain. Na paraan niya marahil ng pagsasabi sa anak na "Matakot ka naman sa Diyos." Pero dahil nga hindi ito naniniwala sa Diyos kaya ganito na lang ang kaniyang nasabi sa anak. Pigaan man lang ng kalamansi.

Nang maubos nila ang mga pugo, napalitan ang mga iyon ng mga labuyo at bayawak. Na parang may kaibigan silang isang mapagpalang muwa na nagbabahagi ng mga biyaya mula sa gubat.

MINSAN, SA KANIYANG PANGANGASO, nakarating ang dalagita malapit sa wawa ng ilog. Nadatnan ng dalagita ang matandang babaylan kasama ang tatlo nitong binatilyong singgawad na tawag sa katuwang ng babaylan. Buhat sa talahibang kaniyang kinatataguan, minanmanan niya ang mga ito. Sa simula, hindi niya maintindihan kung anong ginagawa ng babaylan. May mga pangalan itong tinatawag. Nang magsilapit dito ang isang pulutong ng buwaya buhat sa ilog. Buhat sa maliliit na basket na buyos kung tawagin, may mga lamangloob ng kung anong hayop ang inilabas nito at inihagis sa mga pangang sabik na sumasalo. Tila nagpapakain lang ng mga alagang aso ang babaylan at ang tatlo nitong kabig sa kanilang ginagawa. Magiliw pang kinakausap ng matandang babaylan ang mga pinagsisilbihang halimaw. Narinig niyang nagbibilin ito sa mga pinakakaing buwaya. Na huwag na huwag mananakit ng kaniyang mga kababayang tumatawid ng ilog lalo ngayong paparating na ang panahon ng matinding tag-ulan. Huwag mananakit lalo na ng mga bata. Na pagbalingan na lang ng mga ito ang mga dayo gaya ng mga Kastila at Moro. Hindi na niya narinig kung isinama rin ba nito pati mga Intsik na madalas na rin daw nakikitang naglalayag sa bahagi ng kanilang karagatan. Nilitanya pa nito isa-isa sa kanila ang mga pangalan ng kababayan na parang matatandaan nga ito ng mga kinakausap. Nang marinig ni Luklak na sinambit ng babaylan ang pangalan niya at ng kaniyang ama, doon lang siya nagpasyang lumisan. Mula roon, natuklasan niya ang isang malawak na damuhan na limliman pala ng mga pugo sa gubat.

Isang gabi, mag-isa lang na natutulog sa bahay ang dalagita. Nang magising ito sa malakas na kalampag na nanggaling sa kanilang bubong. Kumakahol ang asong nakatali sa likuran. Gigil na gigil. May inaangilan. Muling may bumagsak na kung ano sa kanilang bubong. May bumabato sa kanilang bahay. Maingay ang mga manok sa kanilang likuran. Agad siyang nanaog para silipin kung anong nangyayari sa kanilang kamalig. Ngunit mga bukas na kulungan na lang ang kaniyang nadatnan doon.

"Nalimas lahat." Ito na lang ang nasabi niya sa sarili habang inaamoy ang paligid para sa bakas ng kawatan. May nahagip nga ang kaniyang ilong na bagong samyo ngunit hindi ito sa tao. Magkahalong anggo, alat, at asim; may lansa ng alimuom; mamasa-masang amoy; siguradong amoy ng isang mabuhok. Nangako siyang huhulihin ang pangahas kahit ano pa ito.

Kaya nang mapunan niya uli ng mga bagong huli ang kanilang mga hawlang kulungan, masigasig na siyang naghintay sa muling pagbabalik ng magnanakaw dahil batid niyang babalik uli ito. Ang hindi lang niya maintindihan, bakit kinalampag pa siya ng magnanakaw kung pagnanakaw lang talaga ang habol nito.

Hindi siya binigo ng kaniyang hinihintay dahil isang gabi, nagbalik nga sa kaniyang pang-amoy ang samyo ng mandarambong na nalanghap niya noon. Tahimik na lumabas si Luklak para sundan ang amoy na naghatid muli sa kaniya sa likuran ng kanilang bahay. Kahit sa dilim, inaninag ni Luklak ang itsura nito. May taas ng isang bata. Mabalahibo ang katawan.

Nang mahawi ang ulap na tumatakip sa sinag ng buwan, nakita niya sa wakas ang magnanakaw na walang dili't iba kundi isang unggoy. Isang unggoy na may suot na pulang salawal at may sakong pasan-pasan kaya inakala pa niyang tao sa simula bagamat matagal nang sinabi sa kaniya ng kaniyang ilong na hindi nga ito tao.

Bubuksan na sana nito ang mga kulungan nang walang kaabog-abog itong daluhungin ng dalagita. Walang iniwan sa pusang nandaluhong ng daga ang galaw ni Luklak. Ngunit mabilis din ang unggoy. Parang alam nitong may susugod mula sa kaniyang likuran kaya tila hanging nakaiwas ito agad sa pagsalakay ng dalagita. Hindi na nga nito binigyan pa ng ikalawang pagkakataon ang katunggali para sa isa pang pag-atake. Mabilis itong umakyat sa pinakamalapit na puno. Mula roon, nagpatalon-talon ang unggoy sa mga sanga para makarating mula sa isang puno patungo sa isa pa hanggang sa tuluyan na itong makalayo.

Ngunit walang balak si Luklak na sukuan agad ang magnanakaw. Kahit magpalundag-lundag ng puno ang tumatakas na nilalang, hindi ito nakalalayo sa gumagapang na tagatugis. Dahil pagdating sa bilis, walang pagkakaiba ang gumagapang at ang lumulundag. Mula sa lupa, patuloy si Luklak sa kaniyang paghagad. Hangga't pinahihintulutan ng liwanag ng buwan, sinisipat-sipat nito ang hugis ng tumatakas sa mga sanga ng punong nadaraanan. Sinubukan ng unggoy na iligaw ang dalagita pagdating nila sa kakahuyan. Ngunit paanong mangyayari iyon kung nasusundan nitong mabuti pati ang kaniyang amoy? Maililigaw ang mga mata ngunit hinding-hindi ang ilong. Bukod dito, tumutulong din sa paningin ng dalagita upang hindi ito mabangga o masabit sa mga sanga itong makakapal na lumot na nakakapit sa matatandang punongkahoy na naglalabas ng sarili nilang kinang sa gitna ng matinding dilim.

Hanggang sa makarating sila sa bundok ng matatarik na bato. Umakyat ang unggoy sa bundok na bato na nakapatong pa sa isang bundok na bato, doon kung saan hindi na siya masusundan maliban na lang kung magsahangin ang sumusunod sa kaniya. Tiningala ng dalagita ang tuktok na inakyat ng kaniyang katunggali. Alam niyang para marating ito ngayon, kailangan niyang makalipad. Ngunit hindi si Luklak ang uri ng aswang na nakalilipad.

Sa buong kapuluan, habang natutulog ang iba, marami kaming naglalakbay gabi-gabi mula sa aming mga kinahihigan papunta sa kani-kaniya naming mga lakad. Tinutubuan ng pakpak para makalipad sa hangin. Maliban sa akin. Dahil paitaas ang tungo nilang lahat. Ako lang yata ang pailalim.

Hindi siya nakalilipad ngunit kaya niyang ligirin nang mabilis ang lapad ng mataas na batuhan. Sa ganitong paraan, naabutan pa niya ang unggoy na pumapanaog sa kabilang panig ng bundok. Sinundan pa niya ito hanggang sa makarating ito sa bakawan kung saan tuluyan na itong nilamon ng dilim at ng mga nagkakanlong ditong puno ng pagatpat. Bago tuluyang nakatakas, narinig pa mula rito ang tawang punong-puno ng pang-uuyam.

Kinabukasan, hinandaan niya ng bitag ang magnanakaw. Hindi lang isa kundi lima. Inilatag niya ang mga ito sa iba't ibang puwesto sa kanilang likuran. Tiniyak niyang walang makalalapit sa kanilang mga manok nang hindi muna nahuhulog sa kaniyang patibong. Ngunit maliban sa kaniyang ama, wala nang iba pang nahuli ang mga bitag na ito. Naghintay siya ng kung ilan pang mga gabi subalit hindi na talaga nagbalik ang magnanakaw. Hindi naman siya nawawalan ng pag-asa. Alam niyang magkikita at magkikita pa rin sila ng unggoy na iyon ngunit pansamantala, kailangan niya munang kimkimin ang lahat. Isa pa, mahirap malimutan ang isang nakatunggaling unggoy lalo't kung nakasuot ito ng pulang salawal.

WALA NA RIN NAMAN SIYANG MAIREREKLAMO SA ANAK sa isang banda, naisip ni Udoy. Kapag sobra sa kanilang pangangailangan ang huli nito, may nadadala pa siya sa mga mangangalakal sa pantalan tuwing araw ng palitan. Minsan sa isang linggo ginaganap ang palitan dito. Laging kailangang naroon ang mga bantay ng dagat na tulad niya, hindi lang para magpanatili ng kaayusan at katahimikan sa pagitan ng mga manininda at mamimili, kundi para pangalagaan din ang mga dayong mangangalakal na huwag silang matambangan ng mga pirata sa gawing iyon ng kanilang baybayin. Bukod dito, dahil madalas din ang mga balita tungkol sa mga piratang Moro na nagpapanggap na mangangalakal, kaya tinitiyak ng mga bantay na tulad ni Udoy na hindi magagamit ng mga ito ang araw ng pamilihan para mapasok ang kanilang lugar. Ngunit kung paano matutukoy kung sinong dayuhang mangangalakal ang Moro at sino ang hindi Moro, o kung paano rin matutukoy ang kaibhan ng piratang Moro na nagpapanggap na mangangalakal sa mga Morong tunay na nangangalakal na may mahaba nang kasaysayan ng pakikipagkalakalan sa loob at labas ng Panay ay nakasalalay lang sa simpleng sapalaran, kung paanong ang lahat ng tangkang gawing ligtas ang isang bayan mula sa panghihimasok ng mga tagalabas ay lagi ring nakasalalay sa simpleng sapalaran.

O pagbabakasakali. Na kung alam lang ng mga piratang ito na naroon din sila sa pantalan sa mga oras na iyon ay baka sakaling magdalawang isip muna ang mga ito, kahit paano, bago sumalakay at maghasik ng lagim sa kanilang puod.

Para lalong matakot ang mga pirata, nagpuwesto na rin sila sa kanilang balwarte ng mga tau-tauhang yari sa dayami na tila panakot sa mga ibong namemeste sa mga palayan, pero dinadamitan, nilalagyan ng salakot, at pinahahawak ng mga totoong sibat para lalong magmukhang mga tunay na bantay, para masabing may tumatao sa kanilang balwarte beinte-kuwatro oras araw-araw. Tatlo nito ang ipinosisyon nila sa pinakatore ng balwarte, lima naman sa ikalawang palapag, at anim sa silong. Kaya labing-apat lahat ang matatapat nilang taliba umulan man o umaraw. Kung minsan, nagugulat kahit ang mga mangingisdang tagaroon na napapatingin bigla sa balwarte. Hindi makapaniwala sa dami ng mga nagbabantay roon. May mga nagsasabi pa ngang naririnig nila ang mga itong nag-iingay na parang mga lasing, na sinasabi naman ng iba na hangin lang, o 'yong mga nagkukuwento ng ganito ang tunay na lasing. Hinala pa ng ilan na sadya lang ipinakakalat ang ganitong mga kuwento-kuwento upang lalong matakot ang mga Moro.

Kasa-kasama ni Udoy sa pantalan si Minyot para magbenta ng kanilang mga huling nakalagay sa loob ng kani-kanilang mga hawla habang pasimple rin itong lumilibot sa mga puwesto ng iba't ibang manininda at sinusuyod ng tingin ang mga umpukan ng maraming tao. Naisip niyang mainam ding pangdisimula itong pagiging mangangalakal niya, lamang ay hindi lang ito talaga balatkayo. Ito na rin halos ang kanilang totoong ikinabubuhay nitong mga huling araw. Paboritong-paborito ng mga mangangalakal na galing pang Kwantan ang mga bayawak na kaniyang dala. Mataas ang halaga ng mga bayawak lalo na kung maganda ang balat. Lalo pang tumataas ang palitan kung natatapat sa panahong mas mailap ang mga ito at napakadalang kung lumabas ng kanilang mga lungga.

Nitong mga nagdaang araw naman, bukod sa mga labuyo at bayawak, nag-uuwi na rin ng mga unggoy ang anak niyang dalagita. Itong mga unggoy talaga ang may malalaking patong sa ulo kaya sa tuwing dumarating ng pantalan para sa palitan, daig pa ni Udoy ang mga nagdadala ng tunay na pilak at bulawan. At sa tuwing umuuwi namang ubos ang mga paninda, daig pa niya ang nanalo sa sabong.

Kapag ganito kalakas ang kaniyang benta, bukod sa mapuputi at mababangong butil ng bigas, nakapag-uuwi rin siya ng asukal at banig-banig na telang yari sa bulak at kayong lino. Sa kanilang puod, bihira ang nakapagsusuot ng ganitong telang kumikinang kapag nasisikatan ng araw. Ngunit para kay Udoy, ano lang ba kung bumili siya ng ilang banig nito at iuwi para sa kaniyang nag-iisang anak na dalaga na di man lang kahit kailan nakatikim ng ganitong luho sa katawan?

Dahil abot-abot ang kasiyahan ni Udoy sa suwerteng napasakamay, minsan nakatuwaan niyang ibili ang anak ng sarong na yari sa telang sutla. May bighani ang kulay at disenyo ng sarong na parang kaliskis ng isang makulay na isdang natatagpuan lang sa pinakamalalim na parte ng dagat. Naisip niyang kapag itinapis ito ng kaniyang anak, tiyak na kaiinggitan ito ng mga kadalagahan sa kanilang banwa.

Pero paano nga itong kaiinggitan at hahangaan kung bawal naman itong makita ng ibang tao, at wala pa rin namang nakakakita sa kaniyang anak na lumabas ng bahay kahit pa madalas talaga itong lumalabas ng bahay. Katunayan, lagi pa ring ipinagtatanong ng kanilang mga kanayon ang lagay ng anak. Sa tuwi namang nawawalang bigla sa bahay ang dalagita, tuwing tanghali o hapon na umaalis itong walang paalam at sa kanilang likuran nagdaraan, alam na ni Udoy kung bakit at kung saan ito nagpupunta.

Tadtad palagi ng putik, amorseko, damo, balahibo ng hayop, at bahid ng dugo ang mga paa, kamay, at damit nito kapag umuuwi. Kaya nahihiwatigan na rin ni Udoy na bukod sa malayang gumagala ang kaniyang anak sa palibot ng gubat, malayo na rin ang mga sukal na napupuntahan nito.

Minsan, naabutan niya itong umuwi galing sa pangangaso. Nakahiga na ito sa sobrang pagod at handa nang matulog. "Anak," ang maluha-luhang sabi niya rito, "maghugas ka man lang sana muna at magpalit ng damit bago mahiga diyan sa banig."

4

Ang Dalawang Dalaw ni Luklak

NANG BUONG AKALA NI LUKLAK na nakalimutan na siya ng buong mundo, dahil halos si Antay Dapuan na lang ang nagpapabalik-balik sa kanilang bahay para ulit-ulitin ang mga palpak nitong ritwal, dumating si Padre Obaba sa kanilang bakuran isang hapong palubog na halos ang araw. Nagkakatay siya noon ng manok na kanilang gagawing hapunan nang tawagin siya nito mula sa kanilang bakuran.

"Este, hija, nariyan ba an iyo na ama?" ang sabi ng paring nakasutanang kulay kapeng malabnaw at nakasombrerong buri na dahil sa sobrang lapad ay nagmumukha itong kabuteng nakapaglalakad.

Hindi agad nakasagot ang dalagita sa nagsasalitang kabute. Ang aso nila ang mabilis na tumugon dito ng sunod-sunod na kahol. Kinabahan ang dalagita dahil nagkatotoo na ang isa sa dalawa niyang kinatatakutan. Sumugod ngayon sa kanilang bahay ang padre para siya kagalitan at kung bakit kinukutuban siyang maya-maya lang ay lilitaw din ang bai niyang si Sinilandang Bulan na alam niyang naghahanap din sa kaniya.

Inulit ng padre ang kaniyang tanong sa bata sa pag-aakalang hindi siya nito naintindihan. "Nandito ba ngayon an iyo na pater?"

Hindi natinag sa pagkakatulala ang dalagita. Iniisip sigurong hangga't tahimik siya't hindi kumikibo ay hindi rin siya makikita ng among kumakausap sa kaniya.

"An ama mo! An ama mo! An bantay ng baluarte? Iyon si . . ." Sinikap ng kurang tandaan ang pangalan ng hinahanap na bantay pero kumakawala ito sa hagip ng kaniyang alaala. Kung bakit kasi magkakatulad at magkakatunog ang mga pangalan ng mga tao rito at tila imposibleng maipag-iba sa isa't isa; kaya hindi maintindihan ng padre kung para saan pa ang pangalan ng mga ito. Ito ang ibinubulong-bulong nito sa sarili habang sinisikap tandaan ang pangalan ng kung sinong indio.

Habang pinanonood ang padreng naghihirap makawala sa sariling pag-uulyanin, napagtanto ni Luklak na hindi rin siya nito natatandaan. Kaya pala nakikipag-usap ito sa kaniya na parang hindi siya nakikilala.

Mabuti na lang at hindi na niya kailangan pang umalis kung saan siya nakasalampak habang nagbabalahibo ng labuyo. Bumangon na kasi ang amang nagpapahinga. Malamang na nagising ito sa kahol ng aso at sa lakas ng boses ni Padre Obaba.

"Among," mabilis na binaba ni Udoy ang padre para salubungin ito sa silong. Inawat nito ang asong nagsisimula naman ngayong umamoy sa likuran ng padre sapagkat nalalanghap nito ang namamawis na almoranas ng matanda. Na naamoy din ni Luklak. At kasabay nito, naaamoy rin niya mula sa hininga ng aso na parang sumasalo sa hithit-buga ng katabing naninigarilyo.

"Ano pong atin?"

"Hindi mo ba muna aco paeentrahin sa iyo na aba na dampa at aluquin ng cahit na conti na maiinom?"

Nilingon ni Udoy ang anak. Hinagisan ito ng makahulugang tingin. Pasimpleng kumilos ang dalagita para gumapang paakyat ng bahay, sa likod ang daan, at pagdating sa loob ng bahay ay mabilis itong nagtago sa loob ng banig na nirolyo.

Bagamat alam niyang nakita na siya ng pari. Katunayan, siya nga ang una nitong nakita. Pero baka makaiwas ito kung sakali lang, o kung malimutan agad ng padreng siya muna ang nakausap nito bago ang ama, iyon ay kung hindi na siya rito magpapakita sa mga natitirang oras na narito ito sa kanilang bahay. Mula sa kinatataguan, nakita niyang pumasok ng kanilang bahay ang ama na kasunod lang sa likod ang kura. Agad na sumalampak ang pari sa duyan na parang ito talaga ang nakalaang lugar para sa kaniyang kabunian. Pinangpaypay nito ang sariling malapad na sombrero. Paypay ito nang paypay habang tuloy-tuloy sa pagsasalita. Hindi pala si Luklak ang sadya nito dahil wala itong kahit anong binabanggit tungkol sa dalagita.

Nagpunta ito sa kanila para hingin sa kaniyang ama ang anumang natitirang pulbura ng lantaka na nasa pag-iingat ni Udoy. Itong lantakang matagal nang nasa tore ng balwarte at di pa nasusubukang paputukin kahit minsan kaya wala ring nakatitiyak kung gumagana talaga. Mahalaga lang na may makitang lantaka sa itaas ng balwarte ang mga susugod na Moro para kahit man lang presensya nito mula sa malayo ay maging panakot. At sa kaniyang ama ipinatago ng kabesa ang tustos ng pulbura ng kanilang banwa. Ipinatabi ito sa kaniyang ama para madaling magamit kapag dumating ang panahong kailangang-kailangan na talaga itong gamitin. Na idinadasal ng lahat na huwag na sanang dumating.

Alam ni Luklak kung saan nakatago ang hinihingi ng padre. Alam niyang itinago ito ng ama sa kamalig na nasa likod ng kanilang bahay kung saan ito hindi maaabot ng apoy galing sa kanilang lutuan at kung saan hindi rin ito tutubuan ng halumigmig. Kaya nga doon sa harap ng kamalig itinatali ang kanilang aso tuwing gabi para may magbantay sa pinakaiingatang pulbura. Kaya kung tutuusin, nakasalalay sa isang aso ang kaligtasan ng isang buong nayon.

Tinanong ng ama kung saan gagamitin ng padre ang pulbura. Tinanong naman ng padre sa ama kung anong karapatan nitong magtanong. Dahil hindi naman ito humihingi ng permiso buhat sa indio. Sumagot ang amang kakaunti na lang ang tustos ng pulbura sa kanilang banwa kaya kailangan itong tipiring maigi hanggang sa kahuli-hulihang butil.

Tinanong ng padre kung nakikilala ba nito kung sino ang unang nakatuklas sa pulbura. Sumagot ang ama na ang mga Sangley ang may unang tuklas dito. Na isang malaking katarantaduhan, pasubali ng padre. Dahil paano raw magkakaroon ng ganoong husay sa pagtuklas ang mga infieles. Bago pa raw ito nadiskubre ng mga hindi binyagan, gumagamit na nito ang kaniyang mga kapatid na nakaabito na naglilingkod sa Diyos sa bayan ng Alemanya. Tinanong ng ama kung nakikihamok din ba sa giyera ang mga kapatid nitong nakaabito. Hunghang, tawag ng padre sa kaniyang ama. Ginagamit ng mga pari sa Alemanya ang pulbura para sa mga pailaw na lusis tuwing kaarawan ng mga patron. Ginagamit itong instrumento ng debosyon, ng pagbibigay-kapurihan sa Diyos. Na siya rin ngayong paggagamitan nito sa hinihinging pulbura. Balak nitong gamitin ang pulbura sa pailaw na lusis sa darating na kapistahan ng Mahal ng Birhen.

Pambala sa lantaka ang silbi ng pulbura at maliban dito, wala na itong ibang puwedeng paggamitan, paggigiit ng kaniyang ama.

Ipinaalala ng padre na ang simbahan ang may gugol sa balwarte kaya ito naitayo. Ipinaalala naman ng ama sa kura na ang dati pang paring Hesuwita ang namuno sa pagtatayo ng balwarte (at hindi ang paring kausap ngayon) bagamat ang mismong mga armas kasama na ang lantaka at pulbura ay gugol ng gobyerno sa hiling ng kanilang gobernadorsilyo.

Dahil kapwa matigas ang mga ulo kaya nagsisigawan na ang dalawa kahit dinig naman nila ang isa't isa. Sinabi pa ng kura na ang Mahal na Birhen ang tunay na nagtatanggol sa bayan ng Bariwbariwan laban sa mga Moro at hindi ang anumang armas na gawa ng tao.

Tinanong ni Udoy sa pari na kung sakaling lumusob sa kanilang lugar ang mga Moro ay maipambabala ba nila sa kanyon ang mga poon sa simbahan. Sinabi ng pari na balasubas magtanong itong kaharap, at saka ipinaliwanag na kung sakaling magsidaong sa kanilang pulo ang mga kampon ni Mahoma, ang Mahal na Birhen mismo ang magmamartsa patungo sa pampang kasunod ang heneral nitong si Santiago at ang arkanghel nitong si San Miguel, dalawa sa pinakamalulupit na kalaban ng mga Moro, at sa kanilang likuran ang buong hukbong sandatahan ng mga anghel at santo. Ngunit kung hindi maihahanda ang selebrasyong nauukol sa dangal ng kanilang mahal na patrona, walang kahit sinong poon ang magmamalasakit sa kanilang isinumpang bayan.

Paulit-ulit pang binanggit ng padre ang pangalan ng Mahal na Birhen na parang may kung ano sa pangalang iyon na inaasahang makapagpapalambot sa ulo ng kaniyang ama hanggang sa matigilan ito dahil biglang natauhan sa isang bagay na ipinaalala ng mismong pangalang binabanggit.

Nagpalinga-linga ito. Hinanap ng mga mata kung saan na napunta ang batang nagbabalahibo ng manok na kau-kausap lang nito kanina.

Biglang may gumuhit na ngiti sa mukha ng padre. Muli nitong hinarap ang kausap at nagtanong. "Nasaan nga pala an iyo na anac?"

Dahil noon lang naalalang bigla ng kura na nasa bahay pala siya ng batang pinag-uusapan ng buong bayan dahil sa pagkamatay at muli nitong pagkabuhay matapos ang tatlong araw. Isang milagrosong pangyayari na maihahambing sa milagrong naganap sa buhay ni San Lazaro at maging sa buhay din na pinagdaanan ni Jesu-Cristo. Na mabuting binabanggit din sana niya sa kaniyang mga sermon, ngunit alam niyang hindi niya magagawa dahil alam din ng lahat na isang paganong bruho ang muling nakapagpabuhay rito.

Bigla, hindi makasagot si Udoy sa tinatanong ng padre kahit kanina lang ay hindi ito nauubusan ng sasabihin.

"Hindi ba may anac ca na dalaguita na casa-casama mo dini sa bahay? Nasaan na sia? Nacuita co sia dito canina lang. Ano na nga ba an pangalan ng nining na iyon?"

Tumayo ang padre buhat sa duyan. Sumilip ito sa bintana upang hagilapin sa silong kung naroon pa ang dalagitang nagbabalahibo lang kanina roon ng manok.

"Nining!" tawag nito sa dalagita. Nang hindi makita sa labas, walang pasintabi nitong nilibot ang loob ng bahay. "Nining!" paulit-ulit na tawag nito sa dalagita na parang nagtatawag ng nawawalang kuting. Kung saan-saang sulok ng bahay ito tumingin.

Hindi na alam ni Udoy kung paano aawatin ang kura hanggang sa lapitan ng padre ang banig na lubhang kaduda-duda ang pagkakarolyo. Kung paano nito nahiwatigang doon magtatago ang isang batang indio na takot sa pari, ay nagpapakita lang kung gaano na nito kakabisado ang asal ng mga anak ng indio sa dakong iyon ng mundo.

Ngunit nang mabuksan ang banig, wala rin doon ang hinahanap. Wala na roon.

Nagulat maging si Udoy dahil hindi na rin niya alam kung saan napasuot ang anak. Inilinga-linga na rin niya ang kaniyang mga mata dahil kasama na rin siyang naghahanap.

"Baka umalis," pagdadahilan niya pero naisip din niyang maaari ngang totoo.

"Baquin hindi na nagpupunta nang simbahan an iyo na anac?"

"Nagkasakit po nang malubha si Luklak, among. Ngayon pa lang nagpapaga—AY, YUDIPUTA KANG ANIMAL KA!" tungayaw nito sa pusang magpapasirit na sana sa paanan ng padre dahil balak nitong markahan ang alagad ng Diyos bilang sarili na nitong pag-aari. Nabulabog ang pusa sa maitim nitong balak sa kura kaya agad itong tumalon palabas ng bintana.

Nang marinig muli ng pari ang pangalan ng bata, noon lang din nito naalala kung bakit ito nagpupunta ng simbahan. Dahil paisa-isa kung magbalik sa kaniya ang mga alaala. Na bukod sa naglilingkod ito sa simbahan, isa rin pala ang dalagita sa mga inihahanda niyang binyagan sa mismong araw ng kapistahan ng Imaculada Concepcion. Ang magaganap na binyagan ang magiging pinakasentro ng gaganaping pagdiriwang.

"Loclac pala an pangalan nang iyo na anac," ang sabi ng kura na parang sa unang pagkakataon pa lang nito nalaman ang pangalan ng batang babautismuhan kahit halos isang buwan na niya itong tinuturuan ng dasal at doktrina. Ngumiti-ngiti muli ang padre. Ngayon, alam niyang mayroon na siyang pambala laban dito sa masungit na bantay. "At icao naman, ano an iyo na pangalan?"

Sumagot ang bantay ng balwarte pero hindi na inintindi ng paring nagtanong ang kaniyang sagot. Nagmamadali na kasi itong makaalis.

"Bueno, aco i magpapaalam na. Nasabi co na sa iyo an aquin na gusto na sabihin. Bucas darating dito an aquin na sacristan para cunin an aquin na hinihingi. Huag mo rin calilimutan na papuntahin uli si Loclac sa simbahan para ituloi an amin na napotol na aralan." Nakababa na uli ng silong ang kura bago ito natapos sa mga tagubilin. Palabas na ito ng bakuran nang ihabol ang iba pang mga habilin gaya ng laging magsisimba, laging magdadasal, laging maging malinis sa harap ng Diyos, at kung anu-ano pang ibinubulong-bulong na lang nito halos sa sarili habang alalay ng sariling baston sa paglalakad patungo sa papalubog na araw.

Nakaalis na't lahat ang pari ngunit iniisip pa rin ni Udoy kung saan napasuot ang anak dahil hindi man lang niya ito nakitang umalis sa banig na kinatataguan. Kung nag-abala lang sana siyang tumingala sa bubungan, nakita sana nito ang anak na parang tukong nakakapit sa kawayang dahilig.

KINAGABIHAN, DUMATING ANG IKALAWANG BISITA ni Luklak na tulad din ng kaniyang pinangambahan. Ngunit hindi gaya sa paraang kaniyang inaasahan dahil dumating ito sa kaniyang panaginip.

Naalimpungatan ang dalagita sa tahimik nitong pagdating. Sakay ito ng duyang walang pumapasan. Na tila bangkang lumilipad, naglalakbay sa kalmadang dagat ng dilim, inihahatid sa mga pook na ibig ng nag-iisa nitong manlalayag. Malayang nakalugay ang mahaba't maalon-alon nitong buhok na tinatangay ng hangin. Dahil salungat sa nakagawian, lumabas ito ngayon nang walang kahit anong talukbong.

Nakiraan ang sasakyan ng binukot sa kanilang bintana. Sa simula, ayaw itong paraanin ng itim na pusang nakahimpil doon. Nakataas ang buntot, naniningasing sa pagtutol. Kaya sinutsutan ito ng dalagita at sinabihang maging magalang sa kanilang bisita. Nang ayaw pa ring magparaan, nilatayan ito ng binukot gamit ang mahabang sanga ng rattan. Tinamaan ang pusa sa tungki ng ilong kaya tumalon ito palabas ng bintana. Tuluyan nang iniwan ang batang binabantayan.

Malaya nang nakalapag ang binukot sa harap ng hinihigaan ni Luklak. Makaraang luminga-linga sa paligid, sinabi nito sa dalagitang kagagaling lang nitong mamili sa pantalan at ito'y napadaan lang.

Nagtaka si Luklak sa kaniyang narinig. Dahil ang alam niya, hindi namamalengke ang binukot. Bukod dito, wala namang kalakalan sa pantalan tuwing gabi.

"Binibiro n'yo naman ako."

"Hindi kita binibiro. Galing talaga ako doon. Hindi mo ba alam na masigla ang palitan sa pantalan lalo na tuwing gabi? Naroon ang mga mangangalakal galing sa kung saan-saang bayan. Ang duyang ito, binili ko sa isang Punjabi kapalit ng aking mga gintong purselas. Salamat dito sa duyang ito, mapupuntahan ko na ang mga lugar na gusto kong puntahan nang hindi sumasayad ang aking mga paa sa lupa. Hindi ka naniniwala? Halika, samahan mo ako rito. Subukin mo ring umangkas dito at magbabalik kitang dalawa sa pantalan para makita mo ang sinasabi ko." Iniabot pa ng binukot ang kaniyang kamay sa dalagita. Makikita sa kislap ng mga mata nito ang marubdob na pagnanais na maipagsama ang kausap sa muling paglipad.

Bagamat gustong-gusto niyang makita ang pamilihang sinasabi ni Sinilandang Bulan, hindi rin niya maiwasang maghinala. Naitanong niya sa sarili kung saan galing ang gintong purselas na binabanggit ng binukot gayong ang alam niya'y ubos na ang bulawan ng pamilya nito. Hinala at hinala pa.

"Ikaw ba talaga si Sinilandang Bulan? Saan mo talaga ako gustong dalhin? Magsabi ka."

Hindi sumagot ang binukot. Pero may itinuro sa labas.

"Ikaw ba ang aking ina na nagpapanggap na si Sinilandang Bulan?"

"Di hamak na mas maganda ako sa iyong ina," sagot ng binukot na di na nakapagpigil. "Dahil kung ako'y isang bulaklak ng agboy, na kasingganda ng bulaklak ng bagiw-bagiw, ang nanay mo'y damong susunugin."

Ngunit sa panaginip, alam din ni Luklak na maaari siyang dalawin ng dalawang taong nasa iisang anyo. At kahit magpakita ang dalawang ito bilang isa, mahihiwatigan pa rin niyang dalawa talaga ito at hindi isa. Buhay ang isa at ang isa naman ay yumao na.

"Ikaw ba si Maguayen na nagpapanggap na aking ina na nagpapanggap na si Sinilandang Bulan?" Dahil sa panaginip din, sa likod ng dalawa, maaaring may pangatlo pa: ang diwata ng kamatayan na diwatang naghahatid ng mga kaluluwa ng mga namatay sa kabilang-buhay. Nais niyang sumanib sa tatlong ito: sa diwata, sa multo, at sa tao, upang malayang makalabas ng bahay at makapaglakbay. Malayang marating ang kalakalang nagaganap sa pantalan. Gusto niyang makita ang mga mangangalakal na galing sa malalayong bayan. Gusto niyang mausisa ang kalakal ng mga ito kahit alam niyang wala naman siyang pambili. Gusto rin niyang marinig ang kanilang mga wikang sinasalita.

Muling iniabot ng babaeng nakasakay sa bangkang duyan ang kamay. Ngunit anong kasiguraduhang makababalik pa siya rito sa kaniyang higaan pagsapit ng umaga? Baka makatulog uli siya ng mahabang panahon kapag muli siyang nagpaubaya. Baka nga hindi na siya magising kapag nakatulog uli siya nang matagal.

Kaya muli siyang nagtanong: "Ihahatid mo na ba ako sa Madyaas?" na ang tinutukoy ay mundo ng mga patay. "Dahil hindi ako sasama."

Nasaan na ang alaga niyang pusa? Kung pipilitin siyang dalhin ngayon ni Maguayen, hindi siya maaaring pumunta sa kabilang buhay nang mag-isa. Kailangan niyang may kasama. Kailangan niyang maisama ang pusa. Pero iniwan na siya nito.

"Huwag kang mag-alala, uhay," sumagot ang binukot. "Hindi ka pa ngayon mamamatay. Dahil bago ikaw, ako muna ang mauuna sa hukay." At para kalamayin na nang tuluyan ang kalooban ng dalagita, bumaba na ito sa duyan. Tiniklop nitong parang kumot ang sasakyan upang ipakitang hindi na nito ipipilit ang gustong pamamasyal.

Tumabi ang binukot sa dalagita. "Halika rito. Ihiga mo ang iyong ulo dito sa aking kandungan at hihingutuhan kita. Hahanapan ko ng mga kuto at lisa ang iyong ulo. At pagkaraan, saka naman kita susuklayan."

"Huwag, bai. Nakakahiya sa iyo. Baka madungisan ang iyong daliri ng mga kulabnon sa aking ulo. Baka mamantsahan ng kanilang dugo ang mga daliri mo. Iyang mapuputi mong mga daliri. Kasingputi ng suklay na hawak mo." Dahil nakita ng dalagitang inilabas ng binukot ang suklay na garing. Na para lang talaga sa buhok ng binukot at buhok ng Birhen. Puwede bang magamit ito sa kaniyang sariling buhok? Hindi iyan maaari. Baka siya makalbo kapag hindi siya nag-ingat sa kaniyang mga kilos. Huwag siyang magpasaway. *Indi siya magdinungol.*

"Nagpunta talaga ako rito para gamutin ka," nakangiting sabi pa ng binukot. "Nabalitaan ko kasi ang nangyari sa iyo."

"Pero wala akong sakit, bai."

"Akala mo lang iyon, uhay. Pero naingkantu ka."

"Iyan din ang sinabi ni Antay Dapuan. Naingkantu daw ako. Pero magaling na ako. Napagaling na ako ng kaniyang dalundung."

"Hindi ka pa talaga gumagaling. Alam mo kung ano talaga ang makapagpapagaling sa iyo nang tuluyan? Kailangan mong inumin ang tubig ng Abangay para ka gumaling nang totohanan. Kailangan mong inumin ang tubig na galing sa banal na bukal ng paraiso ng Kabalyu na naroon sa tuktok ng langit."

"Kung nasa tuktok 'yan ng langit, paano ko 'yang mai-inom, bai?"

"Ituturo ko sa iyo:

> Nasa urugan ang paraiso ng Kabalyu kung saan naroon ang bukal na banal kung saan maiinom ang tubig ng Abangay;
>
> Nasa langit naman ang urugan kung saan naroon ang paraiso ng Kabalyu kung saan naroon ang bukal na banal kung saan maiinom ang tubig ng Abangay;
>
> At ang langit kung saan naroon ang urugan kung saan naroon ang paraiso ng Kabalyu, kung saan naroon ang bukal na banal kung saan maiinom ang tubig ng Abangay ay nasa loob ng aking sugidanon.
>
> Kaya para mo mainom ang tubig ng Abangay na nasa paraiso ng Kabalyu na nasa urugan na nasa langit, kailangan mong pakinggang mabuti ang sugidanong bibigkasin ko."

Medyo nahilo si Luklak sa pagsunod sa mga salita ng binukot kaya wala siyang nagawa kundi ang ihiga ang ulo sa kandungan ng kaniyang bai at tuluyang magpaubaya.

Wala ngang iniwan sa banayad na paglalakbay sa hangin ang danas ng dalagita habang sinisimulang maramdaman ang paggalugad sa kaniyang buhok ng malalambot na daliri ng binibini. Ang simula ng pagha-habulan ng mga daliri at kuto. Ang hagod ng mga daliring may matutulis na kuko na kumakamot sa kaniyang anit. Nararamdaman din niya kung paanong maingat na pinipigtal ng kaniyang bai ang mga pagkakabuhol sa kaniyang buhok. Dinalaw muli siya ng antok sa paghe-heleng nagaganap di pa man nagsisimula ang binukot sa pag-awit. Antok na kailangan niyang labanan kung ayaw niyang makatulog sa loob ng sariling panaginip. Bukod pa rito, kailangan niyang manatiling gising para makinig sa kuwento ni Sinilandang Bulan, sa sugidanong bibigkasin nito. Kahit pa alam niyang masakit sa ulo ang mga sugi-danon ng kaniyang bai ngunit—

ANGAAAAAAY!
Kurukhaaaay!
Ito ang nangyari, uhay.
Makinig kang mabuti. Ibubunyag ko
ang mga naganap noong una
paano naibalik, paano napanauli
ni Nagmalitung Yawa
ang dungan ni Humadapnon
ang pagkatao ng malangga
        datu ng Pan-ay
        bayani ng sugidanon.

Sapagkat naglalakbay noon
sakay ng kaniyang balangay
ang mabunying datu
ang puno ng Pan-ay
        na karatig ng Malubay
        ng ilog Alay-Alay
nang maakit siya
nang mabihag siya
ng mga busawon
sa kuweba ng Tarangban
sa mga batong pader
ng Kurundalan.

Nabihag ang datu
sa loob ng pitong taon
sa loob ng kuwebang iyon,
kuwebang tinitirhan
ng mga bayi-bayi
maaalindog na babayi
umaabot ng libo
umaabot ng milyon
ang kanilang bilang;
silang lahat
nais maging kalaguyo
nais maging kalaro
nitong buyung
na nawala sa katinuan
nitong malanggang nawalay
sa sariling kalooban
sa pitong taong singkad
walang kamalay-malay
na naglaho ang oras
nilamon ng Tarangban.

Hmmmmmm.
Kaya nang makalaya,
hindi na makilala
ng mga kaanak
dahil hindi na tao
kundi isa nang igkan
na tinatawag ding balbal
isang tagubalbal
na kumakain ng buto
at laman ng tao
itong buyung
na nahubdan ng pagkatao.

Nakaratay ang katawan
walang dugo, walang malay
para nang bangkay
nahubdan ng katauhan
si Buyung Humadapnon
nang ilapit sa mga siruhano.
Ngunit wala sa mga ito
ang may sapat na galing
para maibalik ang buyung
sa dating pagkatao.

Kaya ang lunas sa sumpa
ng buyung na naingkantu
ipinagmakaawa
kay Nagmalitung Yawa
    kay Nagmaling Diwata
    kay Ginmaramungaw
    Ginsaluging Agaw
    Umbay Kinmayunan
    binukot
    diwata
    babaylan.

Sinimulan ng babaylan
itong pagpapagaling
kinumutan ang datu
mula paa hanggang ulo
ng telang kinisu.
Pitong ulit na hinakbangan
ang walang buhay na katawan.
Pito at anim pa.
Dalawang ulit namang inikutan.
Dalawa at tatlo pa.
At saka pinatakan

ng sariling dugo
na galing sa daliri.

At saka bumulong
tumawag sa haraywan
ginising ang pamlang.
Sinubok ang dalungdung
kung kukulo at aapaw
hanggang sa bibig
ng botelyang lalagyan.
Tumugon ang dalungdung
nag-init ang lana
naramdaman ng diwata
sa kaniyang baywang
ang pagtagas ng pamlang.

Angaaaay!
Sa nakabibinging sigaw
ni Ginmaramungaw
dumalo ang kaniyang tuyaw
ang alagang saragudon
itong si Banugon-Banugon
si Araandunganon
Banug-Banug Lumpad
Andungan Dumagit.
Inutusang magpunta ng langit
doon sa urugan ng Kabalyu
upang kunin ang tubig
ang tubig ng Abangay
na nakabubuhay ng patay.

Napasahangin
ang ibong banog
ang alagang espiritu
sumakay sa hugayung

sa Hanginon Mahumuk
sa Hangin Dalighuyut
lampas sa ilog Muruburu
na ilog ng paglimot
na dinaraanan
ng lahat ng namatay
patungo sa kabilang-buhay;
lampas sa lawa ng Limawon
at ilog ng Himbarawon,
ang mga naglalakbay
na kaluluwa roon
bago makatuloy
may bugtong munang
dapat masagot
sa tanod ng ilog.

Hanggang marating niya
ang tuktok ng Madyaas
tumuloy hanggang langit
sa ikapitong sapin ng langit.
Lumapag ang banog sa urugan
dumapo sa tabi ng batis
para makisawsaw
sa tubig ng Abangay
tubig na nagbibigay-buhay.

Ngunit naghihintay roon
ang matalisik na bantay
itong Pabayhu, itong buwaya,
tila baging ng alugbati
ang mga brasong nakakunyapit
sa mga batuhan upang harangan
ang gustong magdaan
dahil siya ang tanod
na itinalaga roon

ng mga diwata
ng kalangitan.

"Hanggang diyan ka na lang,
hindi ka na makalalapit,"
banta ng buwaya sa banog.
"Hahagupitin kita
nitong aking buntot
kapag ika'y nagpumilit."

Ngunit sa kaniyang sadya
di nagpaawat
ang matapang na banog
ang tapat na sugo
palibhasa alam niyang
higit siyang maisog
sa maligalig na bantay.
Kaya tumugon siya,
"O, Pabayhu,
hindi ko maunawaan
hindi ko lubos maisip
kung bakit butiking gaya mo
ang pinagbabantay
sa dakong ito na banal.
Pakisabi sa akin
kung maaari, pakisiwalat
kung ilang ulit ka na
ritong nanakawan."

Sa ganitong pang-uuyam
ng maharot na banog
tumugon ang buwaya,
"Banugon, sinasayang mo
ang oras nating pareho.
Umuwi ka na sa iyong pugad

at naghihintay roon
ang iyong mga itlog
na kailangan mong limliman."

"Itlog mo ang dudurugin ko,"
sigaw ni Banugon.
"Pipitpitin ko iyan
hanggang maubos ang salinlahi mo.
Isusunod ko ang mga mata mo
upang sa puod na ito
magkaroon ng bulag na bantay."

Tumugon ang buwaya,
"Ikaw ang babalahibuhan ko,
tatalupan ko nang buhay
hanggang sa mahubdan ka
ng lahat mong yabang
diyan sa iyong katawan.
Palalakarin kitang hubad
di ka na makalilipad,
magiging paksa ka
ng lahat ng mga kuwento
pag-uusapan ng mga tao
gagawing aral sa mga palalo."

"Kung iyan ang gusto mo,
iyan ang ibibigay ko.
Magkasubukan tayo
ng liksi at talino.
Tama na ang satsat,
maghamok kitang dalawa!"
hamon sa wakas ng banog
saka ibinuka ang bagwis
at kinahig ang mga kuko.

"Simulan mo," tugon ni Pabayhu
at saka inihanda ang sihang
sa mabilis na pagsagpang.

At nagsimula ang laban
ng dalawang saragudon.
"Kulabu kulabaw!"
sigaw ni Banugon
bago nilundag
ang kaaway.

"Aryaaa!"
ganting sigaw ng buwaya.

Parang kidlat na tumama
sa puno ng kalumpang
ang sagitisit sa kiskisan
at pingkian ng mga katawan
tila sina Labaw Donggon
at Buyung Sinagnayan
sa gitna ng labanan.

Sinalubong ni Pabayhu
ang daluhong ng ibon
inihampas ang buntot
na tumama sa bato
sa batong nadurog
biglang naabo.

Tinaga ni Banugon
ang buntot ng buwaya
gamit ang kuko
na tila kampilan.
Ngunit nang maputol
ang bahaging

winarat-warat
agad ding tumubo,
ang bahaging nataga
agad ding napalitan
na parang pagtuya
sa talim na panghiwa.

Sumalakay muli si Banugon.
Pinuntirya naman
mga bikas ng kalaban.
Sa isang taga
dalawa ang nahihiwa.
Ngunit buo pa rin
ang buwayang si Pabayhu
hindi nababawasan
kahit putulan nang putulan
na parang tinutuya
ang galing ng kalaban.

Hanggang sa sumapit
ang takipsilim
nang napagod sa wakas
ang dalawang balanakon,
ang dalawang sinagnayan,
kapwa mandirigma
kapwa namahinga:
si Pabayhu sa Abangay
at si Banugon naman
sa binanugong batuhan.

Doon sa batuhan pinagmunihan
ni Banug-Banug Lumpad
ang galing ng kalaban.
At sa kaniyang pagmumuni,
kaniyang naabot ang diwa

ni Nagmalitung Yawa.
Diwa sa diwa
nag-usap ang ibon at ang yawa.
Dito ibinunyag sa ibon
ang lihim ng kalaban.

"Itong iyong katunggali
kaya walang kamatayan
ay nag-aalaga ng baboyramo
    na tinatawag ding biggal
    manggalisak banban,
naninirahan sa silong ng dampa
sa lilim ng kubo ng buwaya
kung saan nagtatagpo
ang lawa ng Limawon
at ilog Himbarawon.
Sa baboy na ito
isinilid, itinago
ang sariling dungan
ang dungan ng buwaya
buwayang walang kamatayan.

"Ngunit hintay,
dahil wala ring kamatayan
ang baboyramo
palibhasa nag-aalaga
ng isang arimoanga
    na tinatawag ding alamid
    na tinatawag ding musang
    na tinatawag ding singarong
na nakatira sa itaas ng bundok
sa tuktok ng bundok Kudkuran
na agad makikilala
sa balahibo nitong pulahan.
Sa arimoangang ito

isinilid, itinago
ang sariling hininga
ang hininga ng baboyramo
baboyramong walang kamatayan.

"Ngunit hintay,
dahil wala ring kamatayan
itong arimoanga
na nag-aalaga naman ng tagak
        na tinatawag ding tulabong
        tulabong tabong,
tagak na may pugad
sa ilog ng Halawud
ilog kung saan
nagsimula ang lahat.
Sa tagak na ito
isinilid, itinago
ang sariling puso,
ang puso ng arimoanga
arimoangang walang kamatayan.

"Ngunit hintay,
wala ring kamatayan
itong tagak
na may itlog na nililimliman
        itlog na di nakikita
        tinago ng tagolilong
kinubli ng tigadlum.
Sa itlog na ito isinilid
ang sariling diwa,
ang diwa ng tagak
tagak na walang kamatayan.

"Hanapin mo ang pugad,
galugarin mo sa mga talahib

sa wawa ng ilog Halawud
sa ilog kung saan
nagsimula ang lahat.

"Kapag nakita mo ang itlog,
biyakin mo,
kapag nabiyak mo ito,
mamamatay ang tagak.
Kapag namatay ang tagak,
makikitil ang arimoanga.
Kapag nakitil ang arimoanga,
titigil sa paghinga ang baboyramo.
Kapag tumigil sa paghinga ang baboyramo,
doon lang masisinsay ang buhay
ng buwayang si Pabayhu."

Nagpasalamat si Banugon
sa alalay ng diwata
sa mga tagubilin
at ibinunyag na lihim.

Kaya bago pa sumapit
ang bukangliwayway
muling napasahangin
itong ibong saragudon
muling sumakay sa hugayung
        sa Hanginon Mahumuk
        sa Hangin Dalighuyut
hanggang marating
ang ilog Halawud
ang ilog kung saan
nagsimula ang lahat.

Doon sa may wawa
doon sa mga talahiban

kay raming pugad na nakita
daan-daan, libo-libo
halos di mabilang
panay magkakamukha
ngunit nag-iisa lang
ang sa tagak na hanap.

Ito pala ang ibig sabihin
ng diwata sa itlog na di nakikita,
napaghuno-huno ng matalinong ibon.
Alin dito ang dapat biyakin?
Ah! Lahat ito kaniyang dudurugin!

"Ngunit hintay!"
saway ng tinig ng yawa,
"Ito'y isang patibong!
Sa sandaling magkamali ka
sa pagpili ng dudurugin,
sa sandaling magkamali
sa pagdurog ng itlog
sa sandaling mabiyak mo
ang maling itlog
maglalaho lahat ng pugad
tuluyang malulusaw sa hangin.
Sa ganitong paraan,
ang itlog na di nakikita
tuluyan na ngang mawawala."

Dahil di papayag
itong si Banugon
na makahulagpos
ang pagkakataon
kaya humingi ng tulong
sa kaniyang mga alaga
sa kaniyang mga umalagad.

Noon din nagsirating
isang kawan ng mga langaw
daan-daan, libo-libo
halos di mabilang.

Sa kanila isinangguni
ni Araandunganon
ang suliranin sa patibong
at itong mga suruguon
nangakong tutulong.
Kaya itong mga langaw
sa kinapal ng kanilang hanay
nagsikalat sa buong talahiban
dinalaw ang bawat pugad
pinakiramdaman ang bawat itlog
hinanap kung saan tumitibok
        kung saan humihilab
        kung saan sumisipa
ang diwa ng tagak.

At nang matalunton nila
ang itlog na hanap
sa wakas nagwika
ang hari ng mga langaw,
"Banugon, ihahatid kita
sa tamang pugad.
Ang aking dapuan doon
ang itlog na iyong hanap."

At nang maituro na
ng hari ng mga langaw
ang tamang itlog
sa tamang pugad,
sa isang iglap binasag
ng ibong mandaragit

ang itlog na sisidlan
ang sisidlan ng buhay
nitong tagak
na alaga ng arimonanga
na alaga ng baboyramo
na alaga ng buwaya.

At nang mangyari 'yon
sunod-sunod na tumimbuwang
        ang tagak,
        ang arimoanga,
        ang baboyramo
at sa wakas itong buwaya.

Ngunit bago ang lahat
napagtanto ng buwaya
ang mga huling sandali
dahil kaniyang naramdaman
ang pagluoy ng sariling dungan.
Ngunit bago mapagot
ang kaniyang hininga
ay nag-iwan ito ng sumpa
nagbitiw ito ng gaba
para kay Nagmalitung Yawa
na nagsugo sa ibong saragudon:
        Na itong si Humadapnon
                datung ililigtas
                malanggang bubuhayin
                buyung na pagsasaulian
                ng bait, diwa, at pagkatao
        ang siya ring papaslang
        sa diwatang nagbalik dito ng buhay,
        siyang tatarak sa dibdib nito
        gamit ang sariling kampilan.

At nang mabigkas ang sumpa,
tuluyang isinuko ng buwaya
ang hibla ng huling hininga.

Kurukhaaay!
Muling nagpasahangin
ang ibong banog
muling sumakay sa haguyung
        Hanginon Mahumuk
        sa Hangin Dalighuyut
upang magbalik sa Kabalyu
sa paraiso ng Abangay
upang makisalok sa tubig
sa tubig na nagbibigay-buhay.

Wala na ang bantay
bagsak na si Pabayhu
kaya malayang nakasawsaw
sa banal na bukal
ang isinugong ibon.

Nang makuha ang sadya
agad ding nanaog sa lupa
nagbalik sa Tarangban
ang ibong inutusan
bumalik sa naghihintay
na si Nagmalitung Yawa
at sa datung bibigyan
ng ikalawang buhay.

At itong tubig sa wakas
naiwisik sa bibig
sa nanunuyong labi
ng naghihingalong buyung,
sa tigang na kaluluwa

naging mapagpalang ambon
naging pantawid-buhay
ni Buyung Humadapnon,
itong tubig ng Abangay
na sa sandaling ito
akin ding ipinapatak
sa iyong mga tuyong labi.
Kaya abangan mo, uhay
simula sa sandaling ito
ang iyong paggaling.
Ang hiling ko lang
kapag nanumbalik
ang lakas mo at sigla
huwag mong ipaaalam
huwag mong sasabihin
kahit kanino na ako
si Sinilandang Bulan
ang dumalaw
at gumamot sa iyo.

"Ngayon naman sabihin mo: Gagaling ako paggising na paggising ko."

"Gagaling ako paggising na paggising ko."

"Sabihin mo nang mas malakas at mas may damdamin."

"GAGALING AKO PAGGISING NA PAGGISING KO!"

"Sabihin mo nang may damdamin at marubdob na pananampalataya!"

"GAGALEEEENG!"

"Angaaaaaaaay!"

"Kurukhaaaaay!"

5

Ang Inuman Habang Naghihintay sa Pagwawakas ng Mundo

NAGISING SI LUKLAK buhat sa kaniyang panaginip na tadtad ng sugat ang buong katawan. May mga paltos siya sa pagitan ng kaniyang mga daliri; may bukol-bukol na kulani sa likod ng kaniyang mga tainga na nalaman niyang mabaho nang kapain niya't amuyin ang daliring ipinangkapa; may mga tumubong taghiyawat na nagiging maliliit na pigsa sa kaniyang anit kaya baka siya makalbo kung sakaling kumalat ang mga ito sa buong ulo; nagputukan ang mga singaw sa kaniyang mga labi at gilagid; gumagapang ang mga pigsa mula braso hanggang kamay; ngunit ang pinakamalala sa lahat, tinubuan din nito ang kaniyang talampakan kaya nag-alala siya kung paano na siya ngayong makalalakad; nang bigla rin niyang naalalang ilang linggo na rin nga pala siyang hindi nakalalakad.

Mabuti na lang at tulog ang kaniyang ama kaya nagkaroon pa siya ng kahit kaunting panahong problemahing mag-isa itong bagong pahirap na dumating sa buhay. Sinuri niyang mabuti ang mga sugat sa pag-asang baka maintindihan kung saan ang mga ito nanggaling.

Butil-butil itong nagsitubo sa kaniyang buong katawan. Pantal pa lang ang iba. Ang iba naman kasinlaki na ng buto ng bataw, mga nakabuka na, tila gustong huminga, gustong makalanghap din ng hanging kaniyang nilalanghap, sariwang-sariwa, naglalabas ng nanang malagulaman, nagtatawag ng mga langaw. At habang nangyayari ito, para siyang tinutusok ng isang daang karayom sa loob at labas ng kaniyang balat.

Kaya gusto niyang makita kung anong pagbabago ang susunod na magaganap sa kaniyang katawan matapos mabuksan sa hangin ang mga sugat, maparami, at mapalaki, hanggang sa siya'y maging isa na lang malaking sugat. Isang taong sugat kung tao pa rin siya sa lagay na iyon. Lalabasan na ba siya ng barang? Ng maliliit na hayop na gumagapang? May lalabas ba sa kaniyang pari? Kinilabutan siya nang maisip si Padre Obaba na lumalabas buhat sa kaniya. Hindi naman kaya ang kapatid niyang igat ang nagkukumawalang makalabas sa kaniyang loob at pumupunit ngayon sa kaniyang buong katawan?

Sa isang banda, baka palatandaan nga ito na malapit na siyang gumaling dahil nagbubukas na pala ang kaniyang buong katawan para makalabas ang isang masamang bagay na pumasok sa kaniya nang hindi niya nalalaman kung paano o kung saan nagdaan. Ngunit pag nakalabas ito, hindi kaya maiiwan naman siyang tiwangwang? Na parang balat ng kung anong prutas na pinagtalupan? O baka ito nga ang dapat talagang mangyari dahil ang lalabas buhat sa kaniya ay walang iba kundi ang kaniyang bagong sarili na iiwan sa kaniyang lumang sarili.

Habang sinusuri ang sariling mga sugat, narinig niyang kumakahol sa labas ang kanilang alagang aso. Kasabay nito, may narinig din siyang ingay ng mga biik na nagmumula sa kanilang silong. Maingat siyang dumapa para silipin mula sa siwang ng sahig na kawayan kung sa mga biik nga bang talaga galing ang ingay na iyon dahil paanong nagkaroon ng gano'n karaming biik sa kanilang silong? Pero mga biik nga. Mabibilog at maiitim. Pitong lahat nang kaniyang bilangin. Saan kaya nanggaling ang mga ito?

"Sinong dinadalaw n'yo rito?" tanong niya. Siya ba ang sadya ng mga ito? Biglang nagsipanakbuhan palayo ang kaniyang mabibilog na bisita nang habulin ng kanilang aso. Ngunit totoo nga bang biik ang mga 'yon? Baka tagahatid ng sakit na nag-aanyo lang na mga biik. Ang mga alagang biik ng mga ingkantu. Kung sa bagay, pare-pareho naman ang itsura ng mga biik kahit sinong may alaga.

"Anak! Anong nangyari sa 'yo?" Boses ng tatay niyang kagigising lang. "Ang dami mong sugat! Nanggaling ka ba sa gubat?" Naupo sa kaniyang tabi ang ama para tingnan ang nangyari sa kaniyang katawan.

"Hindi, 'Tay. Hindi ako umalis ng bahay. Pagkagising ko, nandito na ito."

Nagparoo't parito si Udoy. Nagpaikot-ikot. Tarantang-taranta. Nang magpasya sa wakas na walang ibang pinakamabuting gawin kundi ang mag-almusal muna silang mag-ama.

Pinagsaluhan ng dalawa ang huling manok na labuyo sa likod ng bahay. Inihaw na petso ang para kay Udoy dahil ito ang parteng paborito niya. Hilaw na atay at balunbalunan naman ang kay Luklak dahil ito naman ang paborito ng dalagita. Hindi alintana kung makasasama ba lalo sa kaniyang mga sugat ang pagkain ng malansa. Sa pusa at aso ang ulo, leeg, at paa. Itinabi sa garamsan ang pakpak, hita, at mga natitira pang lamangloob. Nagsalo rin ang mag-ama sa nilagang saging na saba dahil walang makahihindi, kahit si Luklak, sa sarap ng malambot at manamis-namis na nilagang saba.

Habang tahimik silang nag-aalmusal, doon lalong tumingkad para kay Udoy ang katotohanan na si Luklak na lang ang natitira niyang pamilya. Kung buhay lang ang kaniyang asawa (ang yudiputa niyang asawa), alam nito kung anong gagawin sa isang anak na babae. Ngunit hindi siya. Sa kanilang kaugalian, tila walang tuwirang ugnayan ang mga ama sa kanilang mga anak na babae. Bagamat maliwanag sa kanila ang kanilang tungkulin sa pagpapalaki sa mga anak na lalaki. Turuan silang gumamit ng pana, sibat, at kampilan. Sanaying manggubat, magsaka, at mangisda. Ngunit ang pagsasanay sa mga anak na babae, sa mga tungkuling haharapin ng mga ito bilang magiging mga asawa at ina, ay sa mga ina nakaatang. May mga araw na inaasam niyang kunin na ni Minyot ang dalagita. Kung hindi ito ang kukuha, may ibang nilalang na tatangay rito. Alam niyang hindi siya noon nananaginip lang o nahihibang dahil sa kalasingan nang makipagbuno siya sa unggoy na nakasalubong niya sa daan. Dahil hanggang ngayon, nararamdaman pa rin niya ang pagkaipit ng litid sa nabugbog na braso.

Pagkakaing-pagkakain, agad na nagpaalam si Udoy dahil pupuntahan daw nito si Antay Dapuan. Bago umalis, mahigpit na nagbilin sa anak na huwag na huwag itong lalabas anuman ang mangyari.

Habang sa daan, nakita niyang nag-iinuman ang mga kasamang bantay sa balwarte. Nakiumpok siya sa mga ito. Sandali lang naman, ang sabi niya sa sarili. Pero doon nagtagal ang kaniyang halos buong araw.

BUONG MAGHAPONG PUSA AT ASO ang kasama ni Luklak sa bahay. Nakadungaw ang mag-amo sa bintana. Tinatanaw sa malayo kung darating ang sakristan na sinabi ng kurang kukuha sa pulbura.

Hindi nga nagtagal nang may matanaw silang isang lalaking naglalakad patungo sa kanila. Pero hindi ito ang sakristan dahil malayo pa lang, nakilala na ng dalagita ang sakang na lakad ni Minyot. Agad naghagilap ang dalagita ng kumot na maipangtatalukbong. Pagdungaw niya muli sa bintana, naroon na si Minyot sa harap ng kanilang bakuran at tinatawag ang kaniyang ama.

"*Donde esta ti padre?*" tanong ng lalaki pagkakitang-pagkakita sa dalagitang tila multo o aparisyon ng Birhen, depende sa tumitingin.

"*No esta. No esta.*"

Mabuti na lang at wala ang kaniyang ama, naisip ni Luklak. Mag-isa siya sa bahay kaya hinihingi ng kagandahang-asal na manatiling nasa labas ang lalaking bisita at huwag itong papanhik ng bahay kahit nobyo pa niya ito. Kaya mabuti na lang talaga.

"Meron bang ibinilin ang iyong ama? Meron bang ipagagawa? *Yo tengo trabaho.*"

Nag-isip si Luklak kung gusto ba niya itong pagsibakin ng kahoy habang naghihintay sa pagbabalik ng kaniyang ama. Pero bakit niya iyon gagawin? Bakit pa niya patatagalin dito ang binata?

Bigla niyang naalala ang nangyari kay Lambuyaw na dating kalaro. Matanda lang ito sa kaniya ng dalawang taon. May nanligaw noon dito galing ibang puod. Ilang buwan itong sinuyo. May kalabaw pang iniregalo sa ama nito. Pero makaraan ng tatlong gabi matapos ang kasal, binugbog ito ng bana at hiniwalayan kinabukasan. Paano kasi, nang magtatalik na sila ng kaniyang asawa sa unang pagkakataon (dahil makaraan ng ikalawang gabi lang nila iyon puwedeng gawin bilang bagong mag-asawa), nabisto ng lalaking may bulbol pala ang pinakasalang babae. Ayaw na ayaw ng mga lalaking makakakita ng gano'n lalo na sa kanilang asawa. Dahil mga babaeng tagapatag lang daw ang tinutubuan ng ganitong kasaraulaan. (Pero hindi ba't mga tagapatag na rin sila ngayon?) Tanda raw ito ng mga babaeng may libog na di masawata. Mga babaeng pumipendeho sa kanilang mga bana sa kaunting udyok ng puson hanggang sa makapagpalipat-lipat ng maraming lalaki at makilala na ng tanan bilang kabit ng bayan. Kaya bago kunin ang isang babae bilang asawa, ito ang mahigpit na pinababantayan ng mga lalaki. Dahil hindi naman nila puwedeng tingnan at subukan ang katawan ng gustong pakasalan kaya ipinagtatanong pa nila ito madalas sa mga babaeng kaibigan o babaeng kamag-anak ng nililigawan.

Dahil sa inabot na kahihiyan, napilitan si Lambuyaw na bumalik sa bundok para doon na manirahan malayo sa mga nakakaalam sa kuwento ng kaniyang bulbol.

Sa kaniyang gulang na labinglima, napapansin ni Luklak na tinutubuan na rin siya sa palibot ng kaniyang kaselanan ng mga pinandidirihang hibla ng balahibong pusa. Sa tuwing sinisilip niya ang sariling ari para kumustahin kung gaano na kalalago ang mga tanim sa paligid nito, ang nakikita niya ay isang hiwalay na mukhang tinutubuan ng sariling balbas. "*Como esta?*" ang madalas niyang sabihin dito bilang pagsasanay sa tamang paraan ng pagbati na turo sa kanila sa simbahan. Ang kaniyang ina nang nabubuhay pa ito noon ang nagtuturo naman sa kaniya kung paano ito bubunutin isa-isa at kung paano kukuskusin gamit ang batong panghilod sa tuwing naliligo siya sa ilog.

Kaya paano pa ngayon itong mga nagsitubo sa kaniyang balat na mas nakapandidiri pa sa bulbol? Wala pang nakikitang ganito sa kanilang bayan na taong halos maging balabal na sa buong katawan ang mga sugat. Kaya hindi siya puwedeng makita ng kahit sino lalong-lalo na ni Minyot.

Kaya hindi rin ito puwedeng abutin sa kanila ng tanghalian. Dahil paano pang pagtatago ang puwede niyang gawin dito kung dito pa ito sa kanila mananang-halian? Bukod pa sa napakalakas din talaga nitong kumain.

Naghihintay pa rin ang binata sa kaniyang sagot habang nakatayo ito sa labas nang biglang sumagi muli sa isip ni Luklak ang tungkol sa pulbura. Baka puwede niyang sabihin sa binata na ipinapakuha ito ng kaniyang ama at ipinalilipat ng taguan. Iyon na lang ang magsi-silbing gawain nito para sa araw na iyon nang hindi naman masayang ang ipinaglakbay nito. Iyon na sana ang kaniyang sasabihin sa binata pero nagdalawang isip din siya bigla kung saang taguan naman mas ligtas ilipat ang pulbura. Iuuwi ba ito ni Minyot sa kanila para doon itago? Ibabaon sa gitna ng gubat? Pero paano kung may makakita sa binata? Baka ito at buong pamilya naman nito ang pag-initan ng kura. Baka madamay ang binata sa problema ng kaniyang ama. Isa pa, paano kung malaman ng kaniyang ama na nakialam siya sa nakatagong pulbura?

Naupo na sa lupa ang binata dahil sa matinding nga-wit sa kahihintay sa sagot ng dalagita. "Nakakapagod kausap ang isang ito."

"Walang ibinilin. Bukas ka na lang daw bumalik," isinagot sa wakas dito ni Luklak at pagkasabi, inaasahan niyang magpapaalam na rin agad ang binata.

"*Buenas diaz. Como esta, Senyorita Tortuga?*" Sabay tayo ng binata para batiin ang dalagitang nasa bintana, na parang ngayon lang niya nakita ang dalagita at ang mga salitaan nila kanina ay hindi talaga nangyari. Walang kahit anong pagtataka ito sa sarili na nakapagkakastilaloy ang isang gaya niyang *indio naturales*. Sa halip, may pagmamayabang pa itong naghintay kung masasalo ba ng kausap ang kaniyang tanong.

"*Adios* ang ibig mong sabihin dahil kailangan mo nang umalis."

"*Buenas diaz* talaga dahil gusto ko munang bumati bago umalis."

"Edi, *Muy bien*, Kurapadapalong," sagot ng kausap. "*Muchas gracias. Y tu?*"

"*Asi asi*," sagot ng binata. "*Porque—porque—* (isinenyas pa nito ang kumot na talukbong ng dalagita at saka napilitang sumuko sa larong sinimulan). Bakit ka ba nakatalukbong ng ganyan?" tanong ng binata na biglang nakahinga na rin nang maluwag na parang nakaahon sa wakas mula sa kinalulunurang ilog.

"*Que porque*? Anong reklamo ng reklamador? *Indio muy estupido?* Ano ngayon sa iyo kung meron akong ganito? *Porque*, ha? *Porque*?"

"Mukha ka kasing patiyanak, *muy caramba*."

"Ano ka? Ano bang alam mo? Si Sinilandang Bulan, nagtatalukbong din ng ganito, *cabronsito*!"

Hindi napigilan ni Minyot na mapahagalpak dahil sa narinig. "*Perdigones!* Ano pala? Gusto mo rin maging binukot?"

"Pasalamat ka hindi ako naging binukot. Kung nagbinukot ako, hindi kita magiging asawa. *Muchas gracias indio muy estupido*!"

"Kaya nga laking pasalamat ko. O sige, diyan ka na kung wala ka talagang ipapagawa. *Adios, Senyorita Tortuga*!"

"Teka, hoy buang, iwan mo muna 'yang dala mo dito. Ano ba 'yang mga dala mong 'yan?"

SINASABING MAY ISANG PUWESTO SA GUBAT na pinakamadilim ngunit pinakamalamig, at sa puwestong iyon sinasabi ring madalas maligaw ang mga mangangaso, mangangahoy, magkakaingin, at kung sino pang minalas lang na napasuot sa dakong iyon ngunit di na nabalitaang nakalabas. Ang mga palaka rito ay humuhuni na parang ibon at ang mga ibon naman ay humuhuni na parang palaka kaya di mawari ang mga tunog dito kung sa palaka galing o sa ibon. Halos maggitgitan ang mga punong narito na karamihan ay mga puno ng himbalod na may mga lilim na nakikipag-unahan sa pagsakop sa buong gubat. Pinakamakapal ang mga pakô at baging na tumutubo sa mga sanga at katawan ng mga puno. Mga pakô at baging na may sariling nagngangalit na kalooban dahil gustong lamunin nang buo ang mga punong kanilang pinakikitirahan.

Isa sa mga punong nabubuhay nang tahimik sa dakong ito ng lamig at dilim ang matandang puno ng duhat. Na paboritong tagpuan ng mga haraywan—itong mga ibon na hindi talaga mga ibon. Sila'y mga diwa na nag-anyong mga ibon na pinalipad sa dakong ito upang makapagtalastasan sa isa't isa.

Ang punong duhat ang bagong paborito nilang puntahan. Bago sila nauwi rito, dati nilang tipanan ang isang matandang puno ng balite na tinatawag ding nunok dahil dito nakikipagtipan ang mga babaylan sa espiritu ng kanilang mga nuno. Sa punong iyon ng balite sila humahapon sa tuwing palapit na ang takipsilim. Dinig na dinig ng mga papauwing nangangahoy at nagkakaingin ang kanilang ingay—itong sabayang huni ng mga ibong parang may isang panginoon na nagpatawag at ngayo'y pinupulong sila para balakin ang isang digmang napipinto. Na ingay raw talaga ng mga anitong hindi mapakali—sabayang paghuni ng mga diwatang hindi na inaalayan ng dasal.

Upang maipaunawa ang dating nito sa tainga nating mga nabubuhay sa kasalukuyan, na lubhang malayo sa mitikal na mundo ang alam na realidad, makatutulong kung ihahambing ito sa mga tinig buhat sa radyo. Ang mga tinig na maririnig sa himpapawid lalo na tuwing madaling-araw at namaalam na ang halos lahat ng estasyon at may iilang programa na lang na mapagpipilian hanggang sa muling pagbubukas ng panibagong araw kasabay ng pag-awit ng "Lupang Hinirang." Tinig ng mga pagbati sa mga kaibigang matagal nang hindi nakikita. Tinig ng mga ama't inang nananawagan para sa mga anak na may kung ilang araw nang nawawala. Kapulisan, ospital, morge, kailangang alertuhin. Ulat ng pulisya tungkol sa aktibistang estudyanteng binaril habang naglalakad pauwi; sa apartment sa isang eskinita na nilooban kung saan patay sa saksak ang buong mag-anak; sa presong pinatay sa sakal habang natutulog. Ang malamyos na tinig ng isang dating sikat na babaeng mang-aawit na noong dekada '80 pa nagpatiwakal. Natakot daw kasing malaos. Kung alam lamang niyang walang pagkalaos ang ginintuang tinig sa radyo. Ang malilikot na tinig na naglalantad sa mga sekreto ng mga artista. Mga payo sa pag-ibig, pera, at pamilya. Mga payong legal tungkol sa mana. Paulit-ulit na ulat sa nagbabadyang sama ng panahon bukas. Ang walang tigil na daldalan at mahaharot na biruan para sa lahat ng mga naglalamay. Isama na rin ang mga kaluskos sa likod ng mga tinig na ito. Itong mga tunog na di sinasadyang mahagip ng mikropono ngunit nagkakaroon ng sarili nilang buhay at pilit nanghihimasok ngayon sa pandinig ng bayang nananatiling gising hanggang madaling-araw. Mga tinig na gabi-gabi nang maaasahan at kinakanlungan sa tuwing ayaw dumalaw ng antok dahil ayaw ding padalaw sa mga alaalang ayaw magpatulog. Kung sabay-sabay na maririnig lahat ito sa loob ng isang silid na hindi pinapasukan ng hangin, at kung sumalang sa paulit-ulit na multiplikasyon ang mga ingay na ito, habang nagtatagisan sa pandinig ang bawat tinig, sabay-sabay na nagpapaalala sa nakikinig na ang naririnig nito'y galing sa ibang lugar at galing sa ibang panahon dahil hinding-hindi nangyayari na nagkakasabay ang sandali ng pagsasahimpapawid ng mga tunog at ang sandali ng pagtanggap dito, at dahil dito biglang maghihinala ang nakikinig kung ang mga tinig na ito'y galing pa rin sa mga nabubuhay; dahil posible ngang nalaslas, nagilitan, sinakal, nabutas, nagsara, naagnas na ang kanilang mga pinagmulang lalamunan, kaya ang pakikinig dito'y tila pagsaulo na lang sa mga aralin sa wikang malaon nang patay; at sa ganitong pagkakatanto mauunawaan sa wakas ng bayang nakikinig na ang wika ay tulay ng mga patay patungo sa mga buhay at binubura nito ang pagitan sa dalawang daigdig anupa't ang mga yumao ay hindi naman pala talaga lumayo, dahil narito lang sila malapit sa atin; at dahil dito mararamdaman din natin bigla ang hininga ng ating mga ninuno sa ating mga nangangalisag na batok, ang maasim nilang hininga na tanda lang ng nangangasim na rin nilang mga sikmura na matagal nang hindi nalalamanan ng kahit ano. At itong puno ng balite—ito ang nagsisilbing antena na naghahasik sa himpapawid at nagsisilbing instrumento ng desiminasyon sa naturang tunog. At sa lahat ng makakapakinig, ang nararapat na resepsyon kung nais itong maunawaan kahit kaunti ay di lang ganap na katahimikan kundi sandaling pagpigil din ng sariling hininga kasabay ng sandaling pagtigil ng tibok ng puso. Ngunit dahil sa walang nakagagawa nito alang-alang sa isang tunog kaya wala ring kahit sinong makauunawa sa mga palatuntunan at transaksyong nagaganap sa puno ng balite.

Kapag hindi nauunawaan, napakadaling katakutan. Dahil sino bang makaiintindi sa usapang ibon kundi mga ibon din lang? At paano nga kung ang mga ibong ito'y hindi naman din talaga mga tunay na ibon? Sino pang makaiintindi dito?

Walang tagaroon ang nagkalakas-loob na putulin ang nasabing puno ng balite. Wala ring nangangahas na pumutol maging sa mga halamang nakapaligid dito. Kaya iniiwasan ng mga nagkakaingin. Minsan nga raw, may isang bagong salta sa bayang iyon ang nagtangkang hawanan ang paligid ng balite. Natuwa pa nga ito sa napakayamang lupa na inakalang siya pa lang ang nakatuklas. Pero nang magbalik ang bagong salta buhat sa gubat, wala na ito sa sariling katinuan. Naingkantu, ang sabi ng mga tao sa kanilang lugar.

Pinaniniwalaang nagtitipon sa puno ng balite ang mga ibon upang makadaupang palad ang diablo na kanilang panginoon. Kaya kailangang tapusin na sa lalong madaling panahon ang mga pagtitipong ito bago lalong lumawak ang impluwensya ng demonyo sa bayang sinisikap dalhin ng simbahan sa liwanag ni Kristo. Isang Padre Hernando de Morales na walang takot kahit katiting sa diablo o sa mga kampon nito ang naglakas-loob na harapin ang mga aswang na humahapon sa punong iyon. Mag-isa itong nagtungo sa kuta ng mga impakto para dasalan at bendisyunan ang kinatatakutang puno. *Curpos criste anema mea santa minalic esebut angeles esperat gunit malo empactum domenum ave maria y gratia plena domines tecom . . .* At upang lalong matiyak ang tagumpay ng kabutihan laban sa kasamaan sa dakong iyon, inukitan pa ng magiting na padre ng isang malaking krus ang katawan ng puno upang markahan ito bilang punong sagrado sa Diyos sa habampanahon. At simula nga noon, natahimik na ang matandang puno ng balite. Nawala rin ang takot ng mga tao rito dahil hindi na ito kailan man dinalaw ng mga ibon. Ganoon din ang ginawa sa maraming puno ng balite ng marami pang mga pari na sumunod sa halimbawa ni Padre Morales. Bininyagan nila upang maging mga Kristiyano ang isang buong gubat ng mga balite. Isa-isang pinagbebendisyunan ng mga alagad ng simbahan ang mga punong ito sa buong kapuluan hanggang sa hindi na nga naging mapagkandiling tirahan ang mga nasabing puno sa mga tinatawag na kampon ng kadiliman. (Ang susunod na henerasyon ng mga bagong sibol na balite ang kakandili muli sa mga aswang, diwata, at ingkantu, dahil sa kanilang panahon ay hindi na magiging interesado ang simbahan sa lagay ng flora at fauna sa kagubatan ng kanilang mga sakop. Kaya nga hindi lahat ng punong balite ay totoong tinitirhan ng mga impakto. Depende iyon sa kasaysayan ng puno—kung naabutan ba nito o hindi ang panahon ng puspusang ebanghelisasyon ng simbahan.)

Na hindi naman talaga ginawang suliranin ng mga haraywan dahil lumipat lang sila ng ibang punong tagpuan dahil una, marami pang ibang puno sa gubat (ngunit hindi rin ito totoo sa isang banda, tulad ng ipaliliwanag mamaya); at ikalawa, hindi nila gustong nabubulabog habang sila'y nagsasagawa ng kanilang kumperensya.

Kung pagmamasdan, mukha namang masayang-masaya sila rito sa puno ng duhat. Bukod sa malabay na lilim, nasasarapan din sila sa amoy ng mga natuyong dahon. Pinagpipistahan din nila ang mga bunga nito na ubod ng tamis lalo na iyong mga nahuhulog sa lupa. Nalalasing sila kapag napaparami sa katas. Ngunit hindi lang sila. Sa hapon hanggang takipsilim, sila ang nakadapo rito. Ngunit pagsapit ng gabi, humahalili naman ang mga alitaptap.

Habang nagaganap ang pulong ng mga haraywan, naroon din sa puno ng duhat at nakikipakinig ang diablo. Hindi ang diablo ng mga katutubo na tinatawag din nilang yawa kundi ang mismong diablo ng mga Kristiyano, at katibayan dito ang dalawang sungay na nakausli sa kaniyang ulo, kasama na ang pamilyar na pakpak ng higanteng paniki, ang buntot at paa ng baka na kumukumpleto sa larawan ng ugat ng lahat ng kasamaan. Ngunit salungat sa karaniwang paniniwala ng mga padre ng simbahan, hindi siya naparoon para pangunahan ang pulong. Malayong-malayo sa paniniwalang ito sapagkat wala siyang munti mang balak na impluwensyahan ang mga ibong ito, ni maging panauhing pandangal sa kanilang pagtitipon. Naroon lang siya para makinig habang nananabako dahil sa paniniwalang meron siyang matututuhan sa mga nilalang na ito kung makikinig lamang siya at hindi magsasalita.

Narito ngayon sa puno ng duhat ang mga haraywang ito upang pag-usapan ang magiging kapalaran ng kanilang kasapian sa napipintong pagdating ng mga Moro sa kanilang lugar. Nais nilang tiyakin kung ano ang tamang pakikitungo sa mga Moro kung sakaling magsipagdaong na nga ang mga ito sa kanilang mga baybayin. Hindi magkamayaw ang mga ibon sa paghuni ng kani-kanilang mga palagay.

"Sa ganang akin," ang sabi ng kilyawan na isa sa pinakamatatandang kasapi ng kanilang samahan, "laging mapanganib ang mga tagalabas na gustong magturo ng kanilang mga paniniwala. Nakita ninyo ang ginawa ng mga Kristiyano sa ating mga anito. Paano kung ganito rin ang gawin ng mga Muslim sa atin? Hindi ba tayo mabubusabos muli sa sarili nating bayan?" Na sinang-ayunan ng maraming naroon.

"Hindi tayo dapat matakot, mga kasama," tugon ng mayang pula. "Ang ating paniniwala ang pinakamatandang paniniwala sa balat ng lupa. Kasintanda ito ng mga bundok at ilog kaya matatag nang namamahay sa ating mga ugat at atay. Nang pumasok ang mga prayle dito sa ating banwa at nang ipatanggap nila sa ating mga kababayan ang Kristiyanismo, hindi ba't nagawa pa rin natin itong angkinin? Gawing talagang atin sa paglalangkap nito sa ating mga paniniwala? Hanggang sa magamit natin kalaunan para sa ating sariling kapakanan. Hanggang sa nagawa rin natin itong gamitin laban sa kanila. Kaya kung sakaling ipilit naman ng mga Muslim ang kanilang Islam ay ganito lamang din ang ating gagawin sa kanilang relihiyon."

"Walang dapat ipag-alala buhat sa mga Moro na tayo'y piliting magpalit ng paniniwala," pahayag sa kanilang lahat ng ibong kandarapa. "Narinig ko mismo ang pangaral ni Sultan Kudarat kay Alejandro Lopez na isang paring Hesuwita, at ayon sa mabunying sultan, ang lahat ng tao'y maliligtas ayon sa kanilang sariling paniniwala."

"Mga kasama," pahimaton naman ng kuwago, "ang aking ginoong kasama rito (na tinutukoy ang diablo na ayaw talagang magsalita kaya minabuti na lang na idaan sa kuwago ang nais sabihin), na siyang nakakikilala sa mga Moro higit kanino pa man sa atin dito, ay nagpapanukalang magkaroon tayo ng kinatawan na makikipag-usap sa kanila—mga tagapagsalitang maalam sa diplomasya, sa wikang Arabe, at sa kasaysayang pinagdaanan ng mga Moro sa loob ng isang libong taon. Kaugnay nito, ipinapanukala kong kaming mga taga-Sugbu ang kakatawan sa samahan para makipag-ugnayan sa mga Moro dahil nasa hanay namin ang pinakamatatanda sa ating angkan."

Na hindi sinang-ayunan ng ibang mga ibon. Na nauwi na sa maingay na pagtatalo-talo. Susubukin pa sana silang payapain ng diablo, sapagkat ang panukala niya, kung tutuusin, ang nagsilbing mitsa ng kaguluhan, sapagkat ang kaguluhan ay talagang laging nakasunod sa kaniya saan man siya pumunta kaya nga siya tinawag na diablo, lamang ay talagang naunahan ito ng hiya at takot na baka mapagbintangan na namang nangingialam.

Lalo pang nag-init ang pagtatalo at lalo pang lumakas ang mga kakak at huni. Ito ang nakababahalang sabayan ng mga huning narinig ng mga magsasaka at mangangahoy na nagdaan sa gawing iyon ng gubat na nakaabot hanggang sa higaan ni Padre Obabang natutulog na noon sa kaniyang silid sa kumbento. Nagising siya ng mga nakatutulig na tunog na batid niyang galing na naman sa mga residente ng impiyerno. Bagay na nagpabangon sa kaniya para dumungaw sa bintana at tanawin ang parokyang nasasakupan, para kumustahin kung ligtas pa ba ito, ngunit alam na alam niyang ang sagot ay hindi. Kaya mula sa kaniyang aparador, dali-dali niyang inihanay at pinili ang mga maaari niyang gamitin sa gabing ito laban sa mga impakto: pana, palakol, sibat, sibat na may palakol, kampit na may iba't ibang haba at tulis, espadang may iba't iba ring haba at tulis, latigo, at masong kapwa parihaba at bilog na may mga tulos-tulos na nakausli.

"Teka lang. Sandali lang. Humanda kayo. Teka lang. Sandali lang . . ." Paulit-ulit na ibinubulong-bulong ng matandang ito sa sarili habang sarap na sarap sa paghimas sa kaniyang mga sandata.

Sa wakas, hindi rin nalutas ng mga haraywan ang kanilang di pagkakasundo hanggang sa lubugan sila ng araw kaya pinili na lang nilang magsilipad mula sa dakong iyon para ayusin ang kanilang nasimulang gulo sa ibang araw. Napilitan ding manaog ang diablo buhat sa punong iyon ng duhat, iiling-iling sa laki ng panghihinayang sa araw na nasayang.

NASA GANOONG POSISYON PA RIN NG PAMIMINTANA ang dalagita kasama ang dalawang alaga habang hinihintay ang pagdating ng sakristan. Habang nakatanga, hindi pa rin maalis sa kaniyang isip ang tungkol sa bulbol ni Lambuyaw. Hindi niya alam kung bakit ito at ito na lang ang naiisip niya habang nag-aabang sa sakristan. Hindi kaya apektado na rin ng kaniyang mga sugat ang kaniyang utak?

Pero may bulbol naman kasi ang mga lalaki, naisip niya. Alam niya dahil nasisilip niya minsan nang di sinasadya ang sa kaniyang tatay lalo na't hindi ito maingat minsan sa paglililis ng sariling salawal kapag nasa loob ito ng kanilang bahay. Kung puwedeng magkabulbol ang mga lalaki, bakit ito masama sa mga babae?

Naalala niya bigla ang isang kuwento tungkol sa bulbol ng isa pang babae na naging ugat naman ng alitan ng dalawang angkan. Ito ang gintong bulbol ni Amburukay na sinasabing ninakaw ng datung si Labaw Donggon. Isa ito sa mga sugidanong narinig niya kay Sinilandang Bulan. (Pero sa isa nitong kuwento, ang apo ni Labaw Donggon na si Datu Asuman'ga naman ang nagnakaw sa gintong bulbol. Paiba-iba ang pangalan ng buyung na magnanakaw ng bulbol kaya inisip na lang niyang puwede naman itong mangyari dahil marami naman sigurong bulbol ang bruha at hindi mauubusan ang lahat ng mga bayani ng sugidanon kung lahat sila'y kukuha rin ng kahit tig-iisang hibla. O kung nag-iisang hibla lang talaga ito, baka naman tinutubuan ng isa pa sa tuwing binubunot.) Ninakaw raw ni Labaw Donggon ang bulbol ng ale para gawing kuwerdas ng sarili nitong bidya. Ang hindi alam ng binatang datu, may sumpa ang angkan ni Amburukay sa bulbol na ito dahil ang sinumang bubunot nito ay kinakailangang magpakasal sa may-ari. Ngunit ayaw pakasalan ni Labaw Donggon ang ale dahil hindi raw sila magkabagay. Dahil si Amburukay ay isang matanda at pangit na boroka, isang impakta, saka isa ring muwa; samantalang si Labaw Donggon ay isang makisig na binatang maginoo. Dahil dito, nagkagulo ang kanilang mga angkan.

Sa kuwento ng binukot, iyak daw nang iyak si Labaw Donggon sa sinapit niyang kapalaran. Ngunit habang pinakikinggan ni Luklak ang kuwento, mas lalo lang siyang nayamot sa maginoong iyakin ngunit di marunong gumalang sa bulbol ng iba; habang nasa matandang boroka naman ang kaniyang naging buong simpatya.

Kaya mula sa bulbol ng babae, sumapit ang kaniyang panimdim sa kapalaran ni Amburukay, at mula kay Amburukay, muli niyang naisip ang dating kalarong si Lambuyaw, kung kumusta na ang buhay nito sa bundok, kung hindi kaya ito nalulungkot doong tumira nang mag-isa, at mula rito natanaw na niyang naglalakad na mag-isa ang hinihintay na sakristan. Nakilala niya agad ang lalaking payat at hukot na parang naglalakad na sandok kung titingnan buhat sa malayo. Tiyak niyang papunta ito sa kanilang bahay. Ito 'yong mas bata sa dalawang sakristang naglilingkod sa simbahan. Crispilito ang pangalan ng isang ito. Si Sebastian naman 'yong isa na mas matanda lang ng kung ilang taon dito. Sina Crispilito at Sebastian ang maghermanong sakristan at kampanero ng simbahan. Mabuti na lang at hindi sinamahan ng kuya ang kapatid nito, naisip ni Luklak. Mabuti na lang at nag-iisa ito.

Mabilis na isinara ng dalagita ang lahat ng bintana sa kanilang bahay. Maya-maya lang, tumatawag na ang sakristan mula sa kanilang bakuran. Nagpapatao-po.

"Anong kailangan mo?" tanong ng boses mula sa loob ng bahay.

"Pinapunta ako rito ni Padre Obaba. Pinakukuha na niya ang pulbura. Nasabi na raw ito sa inyo kahapon."

"Tuloy ka. Tuloy ka sa magarang tirahan ni Amburukay," sabi ng boses na halatang pilit na pinalalalim. "Akyat ka rito."

Nag-alangang pumanhik ng bahay ang sakristan. Hindi niya alam na may bahay pala rito na may nakatirang Amburukay ang pangalan. May asong nakaabang sa harap ng hagdan pero sa halip na angilan siya't kahulan, walang tigil lang ito sa pag-alulong. Parang sinasabi nito sa kaniyang "Ito na ang iyong katapusan!" Pagpasok sa bahay, agad siyang sinalubong ng dilim na dala ng takip-silim, ng mga nakasarang bintana, pati ng lilim ng mga punong nasa tabi ng bahay.

"Tuloy ka. Tuloy ka," ang sabi uli ng tinig na tila nga nagmula sa matandang babae bagamat wala namang nakikitang matandang babae ang sakristan sa kaniyang paligid maliban sa pusang itim na nakahilata sa sahig.

Dahil nga imposibleng sa pusa nagmumula ang tinig na kumakausap sa kaniya kaya luminga-linga pa ang bagong dating na nagsisimula nang tagaktakan sa noo ng butil-butil na pawis. Nang may naramdaman siyang tila kung anong malamig na sumayad sa kaniyang ulunan. Kaya agad siyang napatingala, at sa pagkakatingala niyang iyon, nakita niyang may taong nakatalukbong ng kumot na nakasabit sa may bubong at bibitin-bitin na parang natutulog na bayakan. Nang bumagsak sa sahig ang talukbong nito, lumantad ang anyo ng isang babaeng tila patay na naaagnas. Pero hindi ito patay dahil nagsalita pa ito. "Aanhin mo ang pulbura?"

Napahiyaw ang sakristan sa sobrang takot at saka kumaripas ng takbo palabas ng bahay.

NAGSIPAGHALILI NA ANG MGA ALITAPTAP sa pagpwesto sa puno ng duhat ngunit may dalawang haraywan pa ring natitira na patuloy sa kanilang masinsinang pag-uusap: isang tarat at isang alimokon—si Antay Dapuan at Abyang Dalupihan—ang mag-aaral at ang guro.

Tulad ng ginawa natin sa naunang pag-uusap ng mga haraywan, isalin din natin sandali sa sarili nating wika ang usapan ng dalawang ibong ito habang isinasangguni ng una ang tungkol sa dalagitang kaniyang ginagamot, kung bakit hindi niya ito ganap na mapagaling.

"Anong napala ninyo sa paglipat sa patag?" tanong ng matandang babaylan sa siruhano na parang ang paglipat ng tirahan ng mga dating kababayan ang sinisisi sa hindi paggaling ni Luklak. Ngunit sa katotohanan, ito talaga ang madalas nitong itanong sa mga dating kababayan, na naging paraan na nito ng pagbati. "Hindi ba tama ang sinabi ko noon? Na mga taong linta ang mga among pinili ninyong paglingkuran?"

"Hindi namin amo ang mga prayle . . ."

"Mga bundat na limatik. Sinisipsip nila ang inyong dugo hanggang sa kahuli-hulihang patak. O, ikaw, may dugo ka pa bang natitira diyan sa iyong katawan? Hakhakhak!"

"Hekhekhek!"

"Hakhakhak!"

"Hekhekhek! Malakas pa ang aking katawan. Natutulog ngayon. Himbing na himbing habang pinupuno ng panibagong dugo ang aking mga ugat."

"Gisingin natin para tanungin. Nakukuha mo pang tumawa, buang ka. Masaya, dibala? Ang balita ko marami kayong inani ngayong taon. Pero wala kayo halos makain."

"Hindi naman sa ganoon, Abyang. Kami nama'y nakakakain pa rin sa araw-araw."

"Kelan kayo huling nakakain ng kanin? Nasanay na kasi kayo sa kamoteng kahoy at kinudkod na niyog na dati'y pinakakain lang ninyo sa inyong mga alagang baboy no'ng naro'n pa kayo sa bundok. Subalit ngayon! Masdan n'yong mabuti ang inyong mga sarili! Daig n'yo pa ngayon ang mga busabos. Pero diyan kasi kayo masaya. Masayang-masaya. Masayang-masaya kayo ngayon sa inyong paghihikahos, o dibala?"

"Bakit kay kintab-kintab 'ata ng tuka ninyo ngayong araw?"

Nang mabati ang tuka, ipinaling-paling pa ng alimokon ang ulo para makita ng tarat ang iba pang mga anggulo ng kaniyang tuka habang patuloy ito sa pagsasalita. "Ganyang-ganyan ang sinabi ko sa inyong mangyayari, dibala? O, ano na ngayon? Imbes na mga anak at sarili n'yong mga asawa ang inyong mga pinakakain, iyang mga dayong iyan ang binubundat n'yo. Kaya iyan, merese. Hakhakhak."

"Kay kintab-kintab at kay tulis-tulis. Hekhekhek . . ."

"Merese kayong lahat ngayon. Hakhakhak . . ."

"Huwag na kayong magalit."

"Bakit? Sinong nagagalit?" Dito biglang itinigil ng alimokon ang nakayayamot nitong pagtawa pati ang pagpaling-paling ng ulo.

"Tulungan na lang ninyo ako dito sa batang ginagamot ko, kung maaari lang."

"Aba, bakit ka ngayon sa akin nagtatanong tungkol sa mga ginagamot mo? Bakit? May nakikinig pa ba sa akin? May naniniwala pa ba sa mga sinasabi ko? Hindi ba't sumisige lang kayo nang sumisige kapag ginusto n'yo? 'Yang mga tao sa panahon n'yo, ibang-iba sa mga tao sa panahon namin. Dahil noon, marunong kaming makinig."

"Hindi naman ganoon. Kayo pa rin naman talaga ang pinakikinggan namin. Di ba't nandito pa rin kami tuwing may pagtitipon? Sa inyo pa rin ang aming tiwala kahit kami'y lumipat na ng patag."

"Sus! Anong sa akin? Hindi ba't diyan sa sermon ng pari na kayo nakikinig kahit hindi n'yo rin naman talaga naiintindihan ang mga sinasabe? Haling na haling kasi kayo makinig ng Latin. E kung sa akin kayo nakinig ng Latin, malamang matagal na kayong natanggalan ng kulaba sa utak. Kailangan lang talaga kayong idaan sa Latin, mga tinamaan kayo ng lintek."

"Bakit, Abyang? Kayo ba'y nakapaglalatin din?"

"Sinong nagsabi sa iyong hindi at bubunutan ko ng buhok sa ilong? Alam mo bang delikadong maubusan ng buhok sa ilong? Kung bihasa sa Latin ang inyong pari, ako man, may sarili din akong Latin na nalalaman."

"Puwede bang paringgan ninyo ako ngayon ng nalalaman ninyong Latin?"

"Egosum mundum tigadlum paktum! Eme ene enye! Merese ka! Maririnig mo lang iyan sa akin kung kailan talagang kailangang-kailangan dahil hindi ko iyan ipinagmamagara. Kung totoong may tinataglay na bisa ang salita, hindi iyan kailangang ipagmagara. Tandaan mo."

"Alin po ang dapat tandaan?"

"Bakit para kang walang natutuhan sa akin? O ayan, isapuso mo na: egosum mundum tigadlum paktum eme ene enye. Sabihin mo sa armas ng kaaway: egosummundumtigadlumpaktum! Tumilapon ka! Eme ene enye!"

"Hindi ko masabi. Paumanhin. Hindi ko kaya. Pumupulpol talaga ang tao habang nililipasan ng panahon. Baka lipas na rin talaga ang panahon ko kahit sa panggagamot, Abyang."

"Kung lipas na ang sa iyo, e di lalo naman ang sa akin."

Hindi na nakapagsalita ang siruhano. Sandaling katahimikan ang namagitan sa dalawang ibon.

"Madalas akong pumarito sa punong ito nitong mga nagdaang panahon," patuloy ng babaylan sa nagbagong himig. Iyong himig na tila hindi na gaanong nakatitiyak sa mga sasabihin at kaya susubuking bigyan ito ng hugis gamit ang mga salita ay sa pag-asang magkaroon din ito ng kahulugan. "Mas malakas kasi ang ingay na naririnig ko ngayon buhat dito. Hindi mapakali ang mga tinig. Sinasabi nilang nakabalik na ang Yawa."

Higit pa sa pagiging tagpuan, ang puno ng duhat ang pinakasentro ng kanilang operasyon. Hindi lang malabay na lilim, matatamis na bunga, at masarap na langhap ng mga tuyong dahon ang nakukuha nila rito. Pinakamahalaga sa lahat, matatagpuan sa katawan ng punong ito ang isang butas na kasinglaki lamang din ng butas ng ilong. Ang punong babaylan lang ang nakaaalam kung nasaang bahagi ng puno makikita ang butas na ito. Na tumatagos at nagsasanga-sanga na parang mga lagusan papunta sa ugat ng puno. At ang mga ugat naman nito'y nagsasanga-sanga hanggang sa makalikha ng isa pang buong gubat sa ilalim ng lupa. Muling nagsisiakyat sa ibabaw ng lupa ang mga dulo ng ugat upang magpatubo ng iba pang mga puno't halaman, hindi kinakailangang isa pang puno ng duhat. Kaya nga posibleng manggaling lang talaga sa iisang puno ang lahat ng iba pang mga puno sa iisang gubat. At dahil dito kaya posible ring mamatay ang buong gubat kapag may pumulak sa punong ito na pinakaina ng lahat.

Sa butas na ito kung saan nakaugnay ang lahat sa lahat, maaaring marinig ng isang marunong makinig ang mga tinig na naaabot ng mga ugat at sanga nito. Kung may pakpak ang balita na nakikiraan sa himpapawid, may mga bulong at pahiwatig din namang sa mga pinakabituka ng lupa gumagapang at nakapaglalagos. At lahat ng mga ito, maririnig mula sa mahiwagang butas na nasa katawan ng mahiwagang puno. Sa ganitong paraan, nagsisilbing espiya ng punong duhat ang iba pang mga puno't halaman sa gubat.

Kung may ganitong mga puno lang sanang naaalagaan ang lahat ng mga babaylan sa buong kapuluan, wala nang may kailangan pang magsugo ng kanilang haraywan. Magiging napakadalang na ang pangangailangang magsagawa ng mga lakbay-diwa. Dahil kahit nasa kani-kanilang mga lungga, makararating pa rin sa mga babaylang ito ang mga balita at mensahe galing himpapawid at ilalim ng lupa. Ngunit sa kasawiang palad, tumutubo lang ang ganitong uri ng puno minsan sa loob ng daang taon.

Nang dasalan at bendisyunan ni Padre Hernando de Morales ang puno ng balite na dati nilang himpilan sa bayan ng Dumalag, natuklasan nito ang tunay na dahilan kung bakit sa misteryosong puno umiinog ang buhay ng mga tinatawag niyang aswang. Bilang paring nakapag-aral sa kulam at kung paano ito gumagana sa kapuluan, natanto niyang mapipilayan ang operasyon ng mga nasabing aswang kung mapawawalang-silbi niya ang punong tagpuan ng mga alagad ng kadiliman. Kaya dinasalan niya at inukitan ng malaking krus ang puno. Bukod dito, inihian din ito ng butihing misyonero sa paniniwalang parang agua bendita ang bisa ng ihi ng pari o mas matindi pa nga raw sa agua bendita. Ngunit ang pinakamahalaga sa lahat, nahanap nito ang butas ng ilong ng puno, dahil nalaman din nito ang tungkol dito. Nang makita ang hinahanap na butas, pinasakan niya ito ng lupa at buhangin hanggang sa di na nakalabas ang mga hantik na doon naglulungga, at hanggang sa wala na ring mga tinig na nakapaglalagos mula roon.

Sandaling nabuwag ang samahan ng mga babaylan sa buong kapuluan nang dahil dito. Hanggang sa matuklasan nila ang puno ng matandang duhat sa isang bundok malapit sa bayan ng Hantik (na ngayon ay Antique). Na may butas ding katulad ng balite na dati nilang tirahan. Ang punong bubuhay muli sa kanilang pag-iisa.

"Simula nang marinig ko sa punong ito ang tungkol sa pagbabalik ng Yawa," pagpapatuloy ni Abyang Dalupihan, "gabi-gabi na akong lumilipad, sinusuyod ang buong kapuluan sa paghahanap. At malakas ang kutob kong nahanap ko na kung saan ito sumibol. Naroon ito sa batang iyong inaalagaan."

"Alam na ba ninyo ang nangyari sa kaniyang ina?"

"Oo. Matagal na."

"At pati na 'yong sa kapatid. Magkasamang nilunod. Kawawang mga nilalang."

"Naroon ako sa kanilang libing."

Tumango-tango ang siruhano at dapat isiping isa siyang ibon habang ginagawa ang kaniyang mga pag-tango-tango. "Kung naaalala ko pa nang tama ang lahat, nagsimula lang dapuan ng kakaibang karamdaman ang batang ito nang mamatay ang kaniyang ina. Sinubukan kong basahin ang kaniyang kapalaran sa mga bituka ng manok na ginamit kong alay. Baka sakaling may matuklasan akong makakatulong sa aking ginagawang panggagamot. Maraming pahiwatig akong nakita ngunit wala akong maintindihan. Tila sa bagong wika nakasaad ang lahat. Kaya paano ninyong nasabi na maaaring nasa bata nga ang Yawa?"

"Maaaninaw mo ang hugis ng ahas kahit nasa loob pa lang ito ng itlog kung itatapat mo sa sinag ng araw. Naroon ako sa pinaglibingan ng kaniyang kapatid nang akyatin ito ng batang iyong ginagamot. Naroon din ako nang pinangalanan niya ang kaniyang haraywan at ang pangalang ibinigay niya rito ay pangalan ng isang dakilang mandirigma. Na narinig ko nang ihayag niya ito sa hangin."

Naaalala pa nina Abyang Dalupihan at Antay Dapuan ang kuwento ng kanilang mga magulang tungkol sa Yawang lumisan sa kanilang banwa. Isa itong kasaysayan na iilan na lang ang nakakaalam sapagkat naganap ito sa isang malaon nang nakaraan nang wala pa ang mga Kastila sa kanilang kapuluan. Ayon sa salaysay, nilisan noon ng Yawa ang kapuluan kaya ito tinawag na Nanginduraang Yawa Naglahong Diwata na Yawa sa Tanang Yawa ng kaniyang mga iniwan. Lumisan ito sapagkat tapos na raw ang kaniyang panahon at ang buong kapuluan ay pumapasok na sa panibago nitong kasaysayan. Pero bago ito lumisan, nagpaalam muna ito sa kaniyang mga piling babaylan sa harap ng maraming tao. Sinabi nitong ang kanilang unang pagkakaibigan ay tapos na kaya't hindi na siya makikita pa sa dakong iyon. Ngunit hindi magtatagal at darating sa kanilang kapuluan ang papalit sa kaniya sa pamamahala. Nagbabala rin ito na huwag agad maniniwala sa mga magsisirating na nakaabito.

Bago sumakay sa salimbal na naghihintay na rito sa may pampang, pinagkalooban pa ni Nanginduraang Yawa ang bawat babaylan ng kani-kanilang mga librito ng lihim na karunungan, na kanilang magagamit daw sa panggagamot at pagsasanggalang ng kanilang mga sarili. Golo ang tawag sa mga libritong ito na balang araw ay kukumpiskahin ding isa-isa sa kanila ng mga alagad ng simbahan.

Nagsimulang managhoy ang mga kabig nitong babaylan. Nagsikapit pa ang ilan sa salimbal para pigilan itong pumalaut at hindi na sana mga magsisipagbitaw kundi lang pinaghahambalos ng sagwan ng tagagaod.

Habang tumatagal, lumalakas ang pakiramdam kong nabuhay na ako sa pulong ito noong una pang panahon bilang datu, babaylan, at mandirigma ngunit napalayas ng isang dumadagundong na tinig mula sa itaas. Ang sabi sa akin ng tinig, kailangan ko raw umalis dahil malaking sagabal ako sa mga pagbabagong darating sa kapuluang ito. Hinatid ako ng aking mga kababayan hanggang pampang. Nagsitaghoy sila. Nakiusap na huwag akong lumisan. "Natapos na ang ating pagkakaibigan at may isang darating na mamamahala sa inyo," ang sabi ko. Ngunit dala ng aking awa, nag-iwan ako sa aking mga kapanalig ng mga libritong gabay sa dasal at barang na kanilang magagamit sa pakikitalad at pagpupunyagi.

Ngunit dahil nasa mga titik na di nila naiintindihan ang mga nakasulat sa librito kung kaya hiniling ng aking mga kapanalig na magsaibon ang mga aklat na maaari nilang lulunin na parang anting-anting, upang di man nila mabasa ay maaari naman nilang maalagaan ang laman at pinakadiwa nito sa loob ng kanilang mga pagkatao.

At mula roon, naglayag na ang salimbal patungong Bornay kung saan tunay na nagmula ang nakasakay na Yawa. May hula ang mga babaylan na magbabalik din ito para tulungan silang lupigin ang mga mananakop na sinasabing magsisipagdating sa kanilang baybayin balang-araw.

"Ano ngayon ang dapat nating gawin?" tanong ng siruhano kay Abyang Dalupihan.

"Ipaalam natin sa buong kasapian ang tungkol sa batang ito at magtulong-tulong tayong lahat sa pagbabantay. Ang batang ito ay nakatakdang maging tulad natin pero magiging ibang-iba rin sa atin sa maraming paraan."

“Egosum mundum tigadlum impaktum!” naibulalas ng siruhano kahit may kaunting pagkakamali dahil sa halip na sabihing “paktum” na gaya ng turo ng kaniyang guro, ang nasabi niya'y “impaktum,” bukod pa sa nalimutan din niya ang pahabol na eme ene enye.

Umiling-iling ang haraywan ni Abyang Dalupihan, marahil dahil sa pagkadupilas sa bigkas ni Antay Dapuan o baka dahil sumasang-ayon itong mahirap ngang paniwalaan ang kaniyang mga tinuran.

Itong paniniwala tungkol sa mga tagapagligtas na hinirang—totoong di mapagkakatiwalaan kundi man isang mapanganib na kaisipan. Wala sa abot-tanaw ng dalawang haraywan na darating ang araw na darating ang isang bansa na kikilalaning Lupang Hinirang. Lalong wala sa kanilang hinagap ang malalaking kontradiksyong dala ng pagiging hinirang nito at ng iba pang mga hinirang na tagapagligtas na kikilalanin ng bansang ito.

Ngunit mga ibon lang silang nag-uusap sa puno ng duhat. Kapuwa nangangailangang maniwala sa orakulo. Pagkamangha lang ang maaari nilang tugon dahil ito rin ang hinihingi ng kanilang mundo at panahon.

Batang paslit pa lang si Antay Dapuan noon nang pumanaw ang huling busalian ng kanilang banwa. Ang busaliang nakilala sa pagiging magiting na datu, isang punong mandirigma, na nag-aangkin ng matinding tigadlum tulad ng sa mga diwata, kaya sa isang pagsasaut ay nakapagpapalit ng anyo: nagiging ahas, banog, pating, kawan ng mga bubuyog, ipuipo; na nag-aangkin din ng sariling adyung, salakot, sibat, kalasag, at balabal na maaaring paliparin kaya maaari din nitong sakyan upang makarating sa iba't ibang antas ng daigdig; isang yawa sa madaling salita. Ito ba ngayon ang magbabalik (o nakabalik na nga) sa kanilang panahon? Bigla siyang nabuhayan ng dugo. Muling pinagsaulian ng sigla at tiwala sa sariling kakayahan.

Kaya lumipad ito dala ang bagong pag-asa. Nilisan ang dakong iyon ng gubat upang mabilis na maglakbay-diwa pabalik sa sariling kubo para muling samahan ang noo'y natutulog niyang katawan.

MABILIS DING NATUYO ANG MGA SUGAT ni Luklak. Oras lang ang binilang nang maglangib ang mga ito. Kapalit ng mga sugat, napansin ng dalagitang nagkakaliskis naman ngayon ang kaniyang balat habang nagiging matigas at maganit ang ibang mga bahagi na parang katad.

Magkaganito man, muling naibalik sa kaniya ang ginhawa sa paggalaw ng katawan. Kaya agad siyang kumilos. Agad niyang hinarap ang sa tingin niya'y mahalaga niyang gawain para sa araw na iyon.

Naghagilap siya ng isang maliit na palayok na tinatawag ding tibor. Pinuno iyon ng pinaghalong abo at dinurog na lupa. Nang mapuno, saka tinakpan at inilagak sa silong ng kanilang bahay.

Makaraan ang ilan pang oras, natanaw niya sa bintana ang pangalawang sakristan. Ito na si Sebastian na kuya ni Crispilito. Hindi siya nagkamali sa kaniyang hinalang pupunta rin ito sa kanilang bahay. Alam niyang uutusan din ito ng kura kung sakaling hindi maihatid ng nakababatang kapatid ang pulbura. Ilang sandali pa at nasa harap na nga ito ng kanilang bahay at nagpapatao-po.

"Anong kailangan?" tanong ni Luklak mula sa loob ng bahay.

"Pinapunta ako rito ng padre para sa pulbura," sagot ng bagong dating.

"Gano'n ba? Kanina pa nga kita hinihintay. Kunin mo na lang diyan sa silong."

"Alin dito?"

"Iyang nasa itim na tibor. Puro pulbura ang laman niyan."

"Nakita ko na. Ito na bang lahat?"

"Oo. Nariyan nang lahat. Ingatan mo lang na huwag mainitan habang hinahatid mo pauwi sa kumbento."

"Sige. Maraming salamat."

"Walang anuman."

KINABUKASAN NA NG TANGHALI NANG MARATING NI UDOY ang dulong bayan kung saan nakatira si Antay Dapuan. Kung tutuusin, mararating naman kahit sa loob lang ng isang oras na lakaran ang bahay ng siruhano pero palibhasa'y nasabit pa ito ng inom sa kung saang kanto at doon na sa inumang iyon nagpaumaga.

Sa bahaging iyon ng kanilang lugar, mapapansin ng sinumang may matalas na pandinig na nag-iiba na ang mga huni ng ibon. Higit na dumarami at nagiging sari-sari dahil bukana na iyon ng gubat. Matatayog ang mga punong naroon na siglo na halos ang tanda. Ilang sandali pa ng patuloy na paglalakad at wala na si Udoy sa lupang sakop ng pueblo. Kung pinili ng punong babaylan na sa bundok manirahan, at dahil dito'y naging tiwalag sa buhay ng taumbayan, ang kapasyahan naman ng siruhano ay dito sa paanan ng bundok tumira. Kaya alanganing tagapueblo at hindi tagapueblo. Nais nitong mamuhay nang hiwalay sa mga tao gaya ng kaniyang guro dahil ayaw nitong pinanghihimasukan ng iba at lalong hindi rin nito nais mapailalim sa mga bagong batas. Ngunit sa isang banda, nais pa rin naman nitong maging bahagi ng lipunan.

Nang matanaw ni Udoy buhat sa malayo ang kubo ng siruhano, napansin niyang tila kusang sumasalubong ito sa kaniya. Na hindi lang siya ang lumalapit dito; pati itong kubo lumalapit din sa kaniya, dahan-dahan na parang dambuhalang tikling na may mahahabang binti.

Hindi siya namamalikmata lang sa kaniyang nakikita. Sinipat niyang mabuti ang nasa kaniyang harapan.

Nilalampasan nga ng kubo ang mga punong nakapagitan sa kanila. Nilampasan nito ang limang punong talisay. Sigurado siyang nasa unahan lang kanina ang limang puno ng talisay na may mga dahon nang nagkukulay lupa, lila, pula, kahel, at dilaw. Ang magkakatabing puno ng kamagong, nadaanan na rin nito. Kaya lalo siyang naging sigurado. Hanggang sa huminto ang paggalaw ng kubo makalampas sa huling puno ng kamagong. May ilang hakbang na lang ito mula sa kaniyang kinaroroonan. Nabawasan nang malaki ang lakad na kailangan pa niyang gawin.

Buhat sa loob, narinig niya ang boses ni Antay Dapuan. Pinapapanhik na siya sa itaas dahil kahapon pa raw siya nito hinihintay.

Nagtaka si Udoy sa tinuran ng nakatatanda. "Paano ninyo nalaman kahapon na darating ako ngayon kung kahapon lang din ako nagpasyang magtungo rito?"

"Talagang gano'n," tugon ng siruhano. "Dapat ay naintindihan mo na iyan. Kung wala ka lang dito ngayon, malamang na ako ang nasa inyo dahil ako talaga ang pupunta sa inyo kung di ka pupunta ngayong araw na ito."

"Hindi naman talaga ako magtatagal. Kailangan ko rin agad bumalik dahil kahapon pang mag-isa lang si Luklak sa bahay," sabi ni Udoy habang pumapanhik ng hagdan.

"Buang ka. Kung sana inisip mo 'yan bago ka nagpaumaga sa dinaanan mong inuman," sa loob-loob ni Antay Dapuan. Pero ang sinabi na lang ng siruhano ay "Sayang naman. Ipinaghanda pa kita ng nganga at tabako."

"Hindi na sana kayo nag-abala pa."

"Naku, hindi naman ito abala."

Pagpasok sa loob ng bisita, nakita nitong nakahanda na nga ang nganga at tabako sa isang dulang na may dalawang dangkal lang halos ang taas mula sa sahig. Nakaupo sa harap nito na tila nga matagal nang naghihintay ang matandang siruhano. Panatag itong nakaupong magkasalikop ang mga paa sa ibabaw ng banig na may larawan ng mga bayawak na naghahabulan. Sinenyasan nitong maupo sa tabi nito ang bagong dating.

"Ikaw naman. Minsan ka lang mapagawi rito," sabi pa ng matanda sa himig na nagkukunwang may tampo. Bagamat ang totoo, noon pa lang napagawi si Udoy sa bahay ni Dapuan kaya kinailangan pa niya itong ipagtanong.

Naupo si Udoy sa tabi ng siruhano. At dahil hinihingi ng kagandahang-asal na manahimik muna sandali bago siya tuluyang kausapin ng may-ari ng bahay kaya nagkaroon pa siya ng ilang sandali para luminga-linga sa paligid. Nakita niya ang mga samut-saring pinatutuyong dahon, ugat, at bulaklak ng kung ano-anong mga halamang nakasabit sa halos bawat sulok ng bahay. Kilala niya ang ilan sa mga ito. Bungkos-bungkos ang mga bulaklak ng talampunay na sinasabing gayuma sa matitigas ang puso at kalooban. May tangkay at dahon ng tagbak na para sa mga nawawala sa katinuan dala ng paglalaro ng mga katadlaya. May ugat at dahon ng huyahuya para sa pagtatae. May bunga ng dalugdug na para sa lagnat, sakit sa ulo at tiyan. Sa dingding na sawali, nakasuksok ang mga buntot ng pagi na may iba't ibang haba at laki. May nakasabit din doong tinik ng isda na halos isang dipa ang haba na kung di siya nagkakamali ay labí ng isang barakuda.

"Magnganga kitang dalawa," putol ni Dapuan sa nagdaraang katahimikan. "Magnganga kitang mahinusay. Pero baka hindi mo ito magustuhan dahil masyadong mapait."

"Iyon nga ang matapang na nganga. Puwede kang paglakbayin sa ibang daigdig."

"Siyang tunay. Maihahatid ka hanggang sa ikapitong sapin ng daigdig," dugtong ng siruhano habang ipinaghihiwa si Udoy ng bunga ng libakaw.

"Pulang-pula ang inyong hinihiwang bunga," puna ni Udoy dahil hinihingi ng kagandahang asal na sagutin ng papuri ang pintas ng may-ari sa sarili nitong handa. "Malamang na hindi ko maidudura agad ang katas niyan." Habang buong ingat na ibinabalot ng siruhano ang hiniwang libakaw sa dahon na binudburan ng kaunting apog at dinikdik na tabako.

Habang nagnganganga, nagpalitan muna ang dalawa ng balita tungkol sa pangangaso at aning palay bago inilahad ni Udoy ang totoong sadya.

"Tamang-tama ang dating mo," putol agad ni Antay Dapuan sa sinasabi ni Udoy. Sa liwanag ng kaniyang mukha at sigla ng kaniyang tinig, parang natuklasan na nito sa wakas ang mabisang tambal para sa batang ginagamot matapos ang halos isang buwang pagsusumikap. Nahiwatigan ito ni Udoy kaya lalong nasabik sa susunod na sasabihin ng kausap.

"Marunong ka bang magpatunog ng karatong?" tanong ng siruhano.

"Hindi ako bihasa."

"Aba, magsanay ka. Paano kung magsilusob dito ang mga Ilanun?" tanong ng siruhano.

"Tinubuan ng kung anu-anong sugat sa katawan ang aking dalaga."

"Anong gagawin mo kung nasa dalampasigan na ang mga tulisan?"

"Baka puwede kayong pumunta ngayon ng bahay para tingnan."

"Paano mo mapapatunog nang mahusay ang balalong sa inyong balwarte?"

"Mukhang lumala lagay ni Luklak. Kawawa naman ang anak ko, Antay."

"Paano, Udoy? Paano? Sagutin mo nang mahusay ang tanong ko!"

"Iba ang bagting ng karatong sa bagting ng balalong, Antay. Magkaiba sila ng gustong sabihin. Magkaiba rin ang indayog na sinusunod."

"Paanong naging magkaiba ang ibig sabihin ng dalawa?" Gustong subukin ng siruhano ang nalalaman ni Udoy.

"Kapag narinig ng mga tao ang sunod-sunod na pagtawag ng karatong lalo na't kung ito'y masaya, malamang na maiisip nilang may kasiyahang nagaganap kung saan nagmumula ang tunog at sila'y inaanyayahang magsipunta roon at makisalo sa kasiyahan. Kapag ang mga maaram naman na tulad ninyo ang nagpapatunog nito, tiyak na mga diwata at espiritung gabay ang inaanyayahan ninyong sumama at makiisa sa seremonyang inyong ginaganap. Samantalang kapag tumunog nang sunod-sunod ang balalong sa balwarte, naiintindihan ng mga taong kailangan na nilang lumisan sa kanikanilang mga bahay at magsilikas patungong bundok dahil paparating na ang mga tulisang dagat."

"Pero hindi ito maliwanag sa lahat. Nalilito pa rin ang ilan lalo na iyong matatanda dahil sa panahong sinauna, nang tahimik pa ang ating bayan, noong hindi pa tayo sinasalakay ng mga tulisang dagat, ginagamit din natin noon ang balalong para bigyang-babala ang mga tao kapag may nasusunog na palayan. Kaya nagkakahalo ngayon ang dalawang ibig sabihin sa isip ng iba: ang unang kahulugan at ang kasalukuyan."

"Alinman sa dalawa ang kanilang maging pag-intindi, ang una man o ang huli, nauunawaan pa rin nilang kailangan nilang tumakbo pailaya, patungo sa bundok, at hindi pailawod. Kaya kung ating dadalumatin, sa madaling sabi, nagtatawag ng mga tao ang karatong samantalang ang balalong ay nagtataboy."

"Lumilitaw ngayon ang iyong pagpapalagay na ang kilos pailawod ay kilos patungo sa sarili samantalang ang kilos pailaya naman ay kilos palayo sa sarili. Ngunit tunog man iyan ng karatong o ng balalong, pareho mo ring ikinikilos ang mga tao mula sa kanilang dating lugar patungo sa ibang lugar. Subukin mong hampasin iyang nasa likuran ko kahit sa paanong paraang alam mo at tingnan natin kung kaninong mga paa ang mapakikilos mo." Itinuro ng siruhano ang karatong na nakasabit sa kaniyang likuran.

Tumayo si Udoy upang tumalima sa anyaya. Kinuha ang panghataw at nagpakawala ng magkakasunod na *a-gong a-gong a-gong*.

"Itodo mo pa ang hataw nang makaabot sa ibang daigdig ang alingawngaw!"

Lalong nilakasan ni Udoy ang pag-*a-gong a-gong a-gong* habang hinahanap ang sariling ritmo. Nang buhat sa malayo, sinagot naman ito ng mas mabilis na *ka-dOng ka-dOng kAd-tong*. Agad na dumungaw sa bintana si Antay Dapuan para tanawin kung kanino galing ang mga bagting ng pangalawang agong na tuloy-tuloy lang sa mabilis nitong *ka-dOng ka-dOng kAd-tong* na ang tunog na ipinahihimaton ay pagpapasalamat sa diwata ng palay at alak.

"Aba, tingnan mo Udoy kung sinong nandito!" Napatalon pa sa tuwa si Antay Dapuan na parang nagbabalik sa pagkabata.

Mula sa kaniyang kinatatayuan malapit sa pinatutunog na karatong, natanaw din ni Udoy sa bintana ang pagdating ni Abyang Dalupihan. Masiglang binabagting ng babaylan ang agong na sumasagot sa kaniyang agong habang binabagtas ang daan patungo sa kubo ni Antay Dapuan. Habang sa likuran nito, nakasunod ang tatlo pang mga kasamang may pasan-pasang tig-iisang tapayan na sa hula ni Udoy ay puno ng alak na pangasi.

Dahil tuloy-tuloy ang pag-*ka-dOng ka-dOng kAd-tong* ng karatong ng matandang babaylan kaya hindi rin hinihinto ni Udoy ang kaniyang naunang *a-gong a-gong a-gong.* At napansin niyang umuuga ang sahig, pati mga dingding na sawali, at haligi ng bahay na parang may nagaganap na paglindol ngunit banayad na paglindol. Hanggang sa napuna ng kumakaratong na napapakilos ang bahay sa indayog ng kaniyang mga bagting at kusa itong naglalakad, sumusulong para salubungin ang paparating na babaylan.

Nang itaas ni Antay Dapuan ang isa nitong kamay, batid ni Udoy na hudyat na iyon ng pagtigil. Kaya agad niyang inihinto ang paghataw at tumigil din naman ang sumasagot na agong.

Nagkaroon muna ng sandaling katahimikan bago masiglang pinapanhik ang mga panauhing masayang sinalubong nina Antay Dapuan at Udoy.

"May dala akong alak dito pero hindi ninyo tiyak magugustuhan ang lasa dahil hindi taga sa panahon," maagang pagpapaumanhin ng babaylan habang ibinababa ng tatlong tagabuhat ang mga tapayan malapit sa pinakamalaking haligi.

"Kami dapat ang naghahatid sa iyo ng maiinom kung hindi lang talaga ubod ng layo ang iyong tinitirhan," salo ng siruhano habang inihahatid ang mga bagong dating sa harap ng ngangaan.

"Kasama ko rin ngayon dito ang aking mga bagong sinasanay na singgawad: sina Agboy, Dipla, at Bunag. Bihasa ang mga iyan sa paggamit ng kampilan ngunit mas inibig pa ngayon ang magsanay sa paraan ng binabaylan," pagpapakilala ng babaylan sa mga nagbubuhat ng tapayan. "Masigasig ang mga iyan sa kanilang pag-aaral," dagdag pa nito na halatang tuwang-tuwa sa kaniyang mga kasama.

"Mabuti't naisama mo sila. Nandito rin ngayon si Udoy na akin namang sinasanay sa pagbagting ng karatong. Narinig mo naman, hindi pa siya marunong."

"Wala talaga akong kaalam-alam."

"Mahahasa ka rin kapag pinagsikapan mo."

"Pero hindi naman iyon kasi ang ipinunta ko rito—"

"Kapag handang-handa ka na, makikita mo."

"Yamang narito na kayo, mabuti pa'y paghandaan ko na rin kayo ng makakain," masayang pahayag ni Antay Dapuan nang maginhawa nang nakaupo ang lahat sa harap ng dulang.

"Bakit kami lang ang kakain?" sagot ni Abyang Dalupihan. "Sabay-sabay na tayong kumain."

"Ako nga'y kakain na rin. Tara, magsikain na tayong lahat." Tumayo si Dapuan para ilabas na ang kanina pa palang nakahandang mga pagkain. Pinatayo na rin ng babaylan ang tatlong mga kasama para tulungan ang siruhanong ilabas ang isang malaking palayok ng kanin at ilang malalapad na bilao ng nilagang saba, inihaw na karne ng baboyramo, at pinangat na balatan at itlog ng balanak.

"Tila kaarawan ng datu ang sinasalubong natin dito sa iyong handa, manong," pansin ni Udoy na nagtataka kung ano itong pagdiriwang na nagaganap ngayon sa kaniyang harap.

"Wala nang pagdiriwang na isinasagawa para sa mga datu na ganito karangya," pasubali ni Antay Dapuan. "Matagal nang natapos ang panahon ng mga datu dito sa ating lugar."

"Ngunit sa Bohol, may halos isang daang taon lang ang nakalilipas, may isang babaylan na tinatawag na Tamblot ang nagtangkang maibalik ang panahong iyan na matagal na ngang nawala," kuwento ni Abyang Dalupihan. "Hinikayat niya ang mga taong magkaisa, magbangong-dangal, at labanan ang mga Kastila."

"Ngunit paano niya iyon nagawa? Anong isinalubong niya sa mga riple at kanyon ng mga mananakop?" tanong ni Udoy. "Sa pagkakaalam ko, kahit noong una pa, kasingdami na raw ng damo sa kaparangan ang mga sundalo ng gobyerno dahil bagamat kakaunti lang talaga ang mga armado sa hanay ng mga dayo, araw-araw namang may mga Bisayang umaanib at nakikiisa sa kanilang sandatahan."

"Totoo iyan, ngunit nagiging buhawi ang Tamblot na ito na sumasalakay at gumigiba sa muog ng mga Kastila. Kung minsan naman, dumarating daw ito sa kampo ng militar bilang isang higanteng bayakan at lumilisan ito tangay lahat ng lamangloob ng mga kawal."

"Pambihirang bayakan!" bulalas ng siruhano na sinamahan pa ng pagpalatak upang lalong maganyak ang babaylan sa pagkukuwento.

"Talagang pambihira, dibala! Daan-daan ang nahikayat nitong sumanib sa itinatayong samahan laban sa mga manlulupig. Kahit ang mga padre, nakakaramdam ng kilabot kapag naririnig ang kaniyang pangalan dahil nakikipag-usap daw kahit sa diablo ang Tamblot na ito. May mga nagsasabi namang ang diablo rin ang kainuman nito ng tuba doon sa kaniyang kubo tuwing tanghali."

"Di yata't isang busalian ang Tamblot na iyan," hinuha ni Antay Dapuan.

"Walang alinlangan," pagtitiyak ni Abyang Dalupihan.

"Ngunit anong nangyari sa kaniyang pakikipaglaban?" tanong ni Udoy. "Malamang na nauwi rin sa wala. Dahil hanggang sa ngayon, wala pa naman tayong naririnig na bayan dito sa atin na napalaya na buhat sa mga manlulupig, hindi ba, Abyang?"

"Hindi totoong nauwi sa wala," pasubali ng matandang babaylan. "Dahil matapos ang panahon ni Tamblot, nagbangon naman ang isang tinatawag na Bankaw na datu ng Limasawa. Ito ang nagpatuloy sa pakikitalad ni Tamblot. Ang pag-aaklas na sumiklab sa Bohol, parang apoy na kumalat sa ibang mga bayan. Kapag may isang nabuwal, sampu ang bumabangon bilang kapalit. Na nagpapatuloy hanggang sa panahon nating ito."

"Magbabalik na ba ang mga busalian dito sa ating kapuluan, Abyang?" tanong ni Agboy na isa sa mga mag-aaral ng babaylan. "O kaya ba sila magbabalik dahil sila rin ang magsasauli sa dating pamamahala ng mga datu?"

"O baka naman sila na ang mamamahala sa ating lahat dahil hindi na nila maipagpapaubaya sa kamay ng mga datu ang pamumuno," dagdag ni Dipla.

"At bakit hindi?" tanong ni Agboy sa kasama.

"Hindi ba't ang mga datu na rin ang unang nagsipag-suko ng kanilang karapatan sa mga dayo kapalit ng kapayapaan at munting kapangyarihan? Dati natin silang mga kasama. Subalit ipinagkanulo nila tayo at piniling maging katulad ng mga dayo sa paraan ng pag-iisip at pamumuhay . . ."

Dahil sa pagkainip sa haba ng mga salitaan, inilinga-linga na ni Udoy ang mga mata sa paligid para muling tingnan ang mga gamot na nakasabit sa mga barikalan. Nakita niya sa isang sulok ang siyam na dahon ng halamang tinatawag na sumpa. Ipinapahid ito sa sariwang sugat. Hindi kaya ito ang kailangan ni Luklak?

"Masama ang magparatang," paalala ni Bunag na isa rin sa mga singgawad na mag-aaral ni Abyang Dalupihan. Masidhing nagnganganga ang babaylan habang pinakikinggan ang palitan ng kaniyang tatlong mag-aaral. "Marahil, naisuko ng mga datu ang laban dahil ayaw na nilang dumanak pa ng mas maraming dugo sa panig ng kanilang mga kababayan. Batid na nilang wala talagang mangyayari sa kanilang pakikitalad dahil nasa panig ng kanilang kaaway ang mismong panahon."

"Anong ibig mong sabihin? Paanong napunta sa panig ng ating mga kaaway ang panahon? May pinapanigan ba ang panahon?"

"Aminin natin na mas naunang namukadkad ang ating mga kaaway sa kanilang dunong sa pakikidigma, sa paggamit ng pulbura at bakal, sa pagpapanday, sa paglikha at pagpapatakbo ng mga sasakyang pandagat, sa pag-unawa sa batas ng karagatan, at maging sa halos lahat na yata ng bagay. Hindi tayo nabiyayaan ng panahon na magkaroon ng ganitong pagkakataon para sa ating mga sarili. Sa madaling sabi, hindi pa naging sapat para sa atin ang panahon nang dumaong dito ang ating mga kaaway, at nagkataong nadatnan nila tayo rito sa ganitong kalagayan . . ."

Katabi ng halamang sumpa, napansin din ni Udoy ang mga pinatuyong baging ng salibadbad na pangontra sa kulam at gamot din sa lagnat. Malapit sa dapugan nakasabit ang mga ugat ng halamang nitu at mga dahon ng agdaw na alam niyang gamot naman para sa mga inang bagong panganak.

". . . Ngunit kung malalaman ng ating mga datu na nasa kanilang panig ngayon ang mga busalian, marahil, mababago nang husto ang kanilang pagtingin sa laban. Kumbaga sa sabong, hindi na nila titingnan ang kanilang mga sarili na dehadong-dehado." Kumukumpas-kumpas pa ng kamay ang nagsasalita para lalong mabigyan ng diin ang kaniyang pinupunto.

"Kung sakali lang na magwagi nga sa laban ang mga busalian, hindi na natin kailangan pa ang mga datu," giit ni Dipla. "Dahil ano pa ang kanilang magiging silbi?"

"Kailangan natin ang mga datu dahil sila ang nagbibigay-kaayusan sa ating lipunan," pagmamatuwid ni Bunag.

"Ang sabihin mo'y ibabalik lang nila ang dating palakad pati na ang mga dating paniniwala, batas, salaysay, at mga atas ng kagandahang asal na sila-sila lang din ang nakikinabang," salag ni Dipla. "Kapag dumating ang araw ng ating pagbabangong-dangal buhat sa mga Kastila, ang kailangan natin ay bagong gawi at pakikitungo sa isa't isa."

"Nakikiisa ako sa sinabi ni Dipla," sang-ayon ni Agboy. "Dahil dito sa ating naging karanasan sa mga Kastila, ngayo'y naintindihan ko nang hindi lamang pala ang mga gawi ng ating mga ninuno ang nag-iisa sa mundong ito. Yaman din lang na kaya pala nating magbago ng ating mga gawi at paniniwala kung dadaanin sa dahas at pamimilit, ibig sabihin, maaari din natin itong gawin nang kusang loob at naaayon sa sarili nating ikabubuti. At kung magkagayon, maaari nating asamin ang isang uri ng pamumuhay na higit pa sa ipinamulat sa atin ng mga Kastila ngunit nakahihigit din sa kung ano ang buhay natin bago pa dumating ang mga Kastila. Dahil hindi na natin maaaring balikan pa ang mga lumang gawi ng ating mga ninuno na magsasadlak lang uli sa atin sa pagiging mga busabos. Kapag nagkagayon, mauuwi lang sa wala ang mangyayaring pakikihamok ng mga busalian o ng kahit sino pa mang maglalakas-loob na magbigay ng sariling buhay sa ngalan ng pagbabangong-dangal."

"At sinong magdadala ng mga bagong gawi na sinasabi mo? Ang mga busalian?" tanong ni Bunag sa kapwa mag-aaral.

"Baka ang mga diwata," tugon ni Agboy. "At sa panahong mga diwata na uli ang tuwirang mamumuno sa atin ay magkakaroon na tayo sa wakas ng isang gobyernong tunay na makatuwiran at makatarungan."

"Huwag mo nang abalahin ang mga diwata," pakli ni Abyang Dalupihan. "Kung nalalaman mo lang kung gaano kaaligaga ang mga iyan sa sarili nilang mundo. Kahit nga ako, madalang na lang akong makipag-usap sa mga iyan."

Napuna ni Antay Dapuan ang mga tingin ni Udoy na bumabaling-baling sa kung saan-saan. "Mukhang naiinip na si Udoy," pahayag ng siruhano sa mga kasama na ikinabigla ng lalaking abala sa pag-iimbentaryo ng mga halamang gamot. "Buksan na natin ang tapayan."

“Tama. Simulan na natin ang inuman,” pagsang-ayon naman ni Abyang Dalupihan.

“Ikaw na ang manguna, Abyang,” ganyak ng siruhano sa babaylan.

“Naku, bakit ako? Ako ang naghanda at nagdala sa mga iyan. Hindi ako ang maaaring manguna. Bakit hindi ikaw? Ikaw ang nagpatuloy sa aming lahat dito sa iyong tirahan.”

“Kayo na Abyang ang manguna. Kayo ang pinaka-magulang sa aming lahat na naririto. Hindi ba't parang ina na rin namin kayo?” tugon ng siruhano na sinang-ayunan ng lahat, maging ni Udoy na kanina lang ay nasa ibang mga bagay ang isip.

Dahil dito, napahinuhod na rin ang babaylan. Tumayo ito mula sa banig na may larawan ng mga bayawak na naghahabulan. Binuksan nito ang takip ng bawat tapayan. Habang isinasagawa ang pagbubukas, nagsipagkuha ng mga tangkay ng halamang balanoy ang bawat isang naroon maliban kay Udoy. Hitik sa dahon at bulaklak ang bawat tangkay nilang hawak.

Sinilip isa-isa ni Abyang Dalupihan ang loob ng mga tapayan. Inihudyat nito sa lahat na wala roon sa loob ng tapayan ang hinahanap nito. Kaya nagkani-kaniya ng puwesto sa sahig ang siruhano at ang tatlong mag-aaral upang doon sa mga siwang ng kawayan silipin ang hindi nakita ng babaylan habang tangan-tangan pa rin ang mga balanoy na halaman.

“Ayun na nga sila,” sigaw ni Agboy, na sinundan nina Bunag at Dipla. At ano ang kanilang nakita? Pitong maiitim na tagak sa silong ng bahay ni Antay Dapuan. Bagamat walang nakita si Udoy kundi lupa nang sumilip din siya sa ibaba. Ngunit nang iabot at ipahawak sa kaniyang magkabilang kamay ang mga namumulaklak na tangkay ng halamang balanoy, nakita rin niya ang mga ito na parang natanggalan siya ng piring sa mata.

Nagsalita sa kanila ang babaylan: "May mga nariyan ba sa ibaba na gustong makisali sa aming inuman ngunit hindi naanyayahan? Kung gayon, halina't pumanhik dito sa aming kalagitnaan. Ngunit kung hindi kayo makaparirito, magbalik na kayo sa inyong panginoon kung sinuman ang inyong panginoon. Ngunit bago kayo umalis, heto muna ang alak para sa inyo." Sumalok ng alak ang babaylan at ibinuhos ito sa silong ng bahay. Sa siwang ng sahig na kawayan ito ipinadaan. Makaraan ang ilang sandali, tatlo sa pitong itim na tagak ang lumipad at dumapo sa bubungan ng bahay upang doon lumipat ng puwesto.

"May nariyan ba sa ibaba na naligaw lang at gustong magbalik sa kaniyang may sakit na katawan? Kung gayon, simulan mo na ang paglalakbay at baka malayo pa ang iyong uuwian. Ngunit uminom ka muna bago umalis." Muling nagbuhos ng alak sa sahig ang babaylan. Makaraan ang ilang sandali, tatlo sa apat na natirang itim na tagak ang lumipad at tuluyan nang lumisan sa dakong iyon.

"May kasama ba kayong kaluluwa ng isang naliligaw na bata diyan sa ibaba?" tanong muli ng babaylan sa mga itim na tagak sa silong bagamat iisa na lang ang natitira doon. Napapitlag si Udoy sa tanong na iyon dahil nahinuha niya kung sinong bata ang tinutukoy ng babaylan. Hindi niya akalaing nakasunod sa kaniya ang anak na buong akala niya'y mag-isang naghihintay sa kanilang kubo.

"Kung may bata riyan sa ibaba, mangyaring magbalik ka na sa iyong katawan. Pero bago ka maglakbay, makibahagi ka muna dito sa alak na aming handa." Pagkasabi nito'y muling nagbuhos ng alak sa sahig ang babaylan sa huling pagkakataon. Makaraan ang ilang sandali, lumipad ang nag-iisang itim na tagak na sinundan pa ni Udoy ng tingin hanggang sa ganap na itong maglaho sa mga sanga ng punongkahoy. Ngunit hindi iyon si Luklak. Walang lukso ng dugo siyang naramdaman. Bagamat kaluluwa nga ng isang batang may matindi ring karamdaman na gaya ni Luklak.

Nang maubos ang mga ibon sa silong, itinabi na rin ng lahat ang mga hawak na halamang balanoy. Inikot ng babaylan ang mga tapayan ng pitong ulit at saka umusal ng dasal sa panginoon ng alak at palay, nagpasalamat sa lugod at biyaya ng kanilang pagbabahaginan, humiling na malasing silang lahat nang husto ngunit humingi rin ng pag-iingat na huwag sana silang magkasakitan kapag silang lahat ay langong-lango na.

"Udoy, halika na rito," paanyaya ng babaylan sa wakas. "Mainam na ikaw na ang mauna sa aming malasing."

"Bakit ako, Abyang?"

"Dahil ikaw ngayon ang aming panauhing pandangal sa piging na ito. Iyan ang dahilan," tugon ng babaylan.

"Pero napadaan lang ako, Abyang. Ang totoo, para sa inyo itong handaan," tanggi ni Udoy.

"Ngunit para sa iyo talaga itong handaan," pasubali ni Antay Dapuan. "Dahil tulad ng nasabi ko na sa iyo na kahapon ka pa namin hinihintay."

"Bakit ako? Anong halaga ko sa paghaharap nating ito?"

"Ikaw ang magkakaroon ng pinakamahalagang gampanin sa paghaharap nating ito, kung nalalaman mo lang ang totoo," paliwanag ng babaylan bagamat higit na lumabo ang usapan para kay Udoy sa naging paliwanag na iyon.

"Ako'y wala nang masasabi. Kundi nga lang talagang nakakahiyang tumanggi dito sa mga tapayan," ang naisagot na lang sa wakas ni Udoy dahil kanina pa talaga niya tinitiis ang panunuyo ng lalamunan. Kaya tumayo siya buhat sa banig na may larawan ng mga naghahabulang bayawak, kinuha ang panghigop na tinatawag na tayuk, at lumapit sa mga tapayang gabinti niya ang taas. "Titikim lang ako. Nakakahiyang malasing lalo't nandito at kasama pa natin sina Abyang Dalupihan at Antay Dapuan. Pero kung sakaling malasing ako nang husto, pakiusap ko lang sa inyong lahat na pakialalayan akong makauwi sa aming bahay. Mag-isa lang kasi akong nagpunta dito. Malayo pa ang aking pinanggalingan at ako'y walang dalang kalabaw na masasakyan."

Si Udoy nga ang nagsimula sa inuman. Nang makahigop ito ng ilang lagok, si Abyang Dalupihan naman ang sumunod. Na sinundan ni Antay Dapuan. Na sinundan ng tatlong mag-aaral ng binabaylan. Hanggang sa paligiran nilang lima ang tatlong tapayan ng pangasi. Kani-kaniya sila ng gamit sa tayuk na panghigop.

Sa kanilang lima, si Udoy ang pinakamalakas uminom. Nais na nitong itabi ang paggamit sa buhong panipsip at tunggain na lang ang laman ng tapayan. Ngunit dahil sa laki ng tapayan, kinailangan pa niya ang tulong ng tatlong mag-aaral para buhatin at itaob para masalo ng kaniyang bunganga ang laman.

Dahil sa kalasingan, wala na halos marinig si Udoy sa mga nangyayari sa kaniyang paligid. Nanlabo na rin ang kaniyang paningin at hindi siya makatayo pilitin man niya ang sarili. Gusto ng kaniyang katawang maidlip sa isang tabi kahit sandali.

Sumunod na tinamaan ng matinding sipa ng pangasi ang tatlong mag-aaral na inaasahan sanang mangalaga sa kaligtasan ng mga nakatatandang mauunang malasing. Nagsiakyat ang tatlo sa mga barikalan ng bahay at bilang pagpapatuloy sa naputol na diskurso, doon nagsimula uli sila sa pamamagitan ng pag-uugat sa salitang pamamahala kung ito nga ba talaga'y nanggaling sa salitang pamamathala na nanggaling naman sa salitang bathala. At tila upang matulungan silang taluntunin ang simula ng mga salita, binaybay nila ang mga gilid ng barikalan at nagsipag-upo sa pinakabalangkas ng bahay.

Si Abyang Dalupihan naman na marami na ring nainom ay bumulagta na lang at sukat. Nagsisimula na siyang mangatal dahil ang kaniyang diwa'y nagsisimula nang kumawala patungo sa ibang daigdig kaya inalalayan siya ni Antay Dapuan na pinakanagsikap na hindi gaanong malasing bilang may pahanda. Ang totoo, siya na lang ang nasa katinuang maaasahan sa kanilang lima bukod pa siyempre sa tatlong itim na tagak na piniling dumapo sa bubungan ng bahay para panoorin ang lahat ng nagaganap. Gustuhin man ng mga itong lumapit sa tapayan para tumikim uli sa alak pero pinili na lang na manatili sa kanilang pagkakadapo sa kahoy na dahilig bilang paggalang sa mga nagsisipag-inuman. Naroon sila bilang mga espiritung nagbabantay upang walang kahit isa man sa mga naroong nagkakasiyahan ang masaktan o magkasakitan.

Nasa ganitong kalagayan ang ginaganap na katuwaan nang magpatao-po mula sa harap ng bahay ang isang humahabol na panauhin. Paulit-ulit na nanawagan ang boses ng isang lalaki.

“Sino 'yan? May gusto ba diyang sumali dito sa aming kasiyahan?” tanong ni Antay Dapuan. “Sige, tuloy kayo. Akyat lang. May pagkain at alak pa rito.”

“Pero manong, hindi ba nakakahiya? Dahil huling-huli na 'ata ako ng dating,” pag-aalangan ng tao sa labas na ang boses naman ngayon ay galing sa babae.

Sandaling nilubayan ng siruhano ang pagpigil sa lasing na babaylan. Dumungaw ito sa bintana at aba! Tingnan mo nga naman kung sinong sumadya pa rito para makisali sa kanilang kasiyahan! Walang iba kundi si Sinilandang Bulan. At kasama ang kaniyang mga uripon. Dalawang lalaki ang nagpapasan sa duyang sinasakyan nito. Samantala, dalawang babae naman ang nasa kanilang likuran na pawang may mga pasan-pasan din. Ang isa, malaking tapayan ang dala na naglalaman malamang ng alak. Ang isa naman, may sunong na malaking bakol na puno marahil ng pagkain.

Pinapanhik sila ni Antay Dapuan. Ngunit ang dalawang lalaking uripon, ipinaiwan ng binukot sa ibaba ng hagdan. Sinabihan silang bantayan nang mabuti ang palibot ng bahay mula sa mga Ilanun na humahabol sa kaniya. Tinanong ng isang hindi nakatiis na uripon kung saan nito nabalitaang ang binukot nga ang habol ng mga pirata.

"Bakit? Hindi mo ba alam?" balik na tanong lang sa kaniya ng kaniyang bai na parang hindi na dapat pang tinatanong ang tanong na iyon. Dahil simula nang mabalitaan ng mga taganayon ang nangyaring paglusob ng mga piratang Moro sa kabilang bayan, gabi-gabi nang nasa bangungot ng mga ama ng tahanan ang tungkol sa malupit na kasasapitan ng kanilang mga asawa't mga anak na dalaga sa kamay ng mga barbaro. Lahat ng mga dalaga sa kanilang lugar, madalas na rin dalawin ng pagkahibang. Sinasabing nakakakita sila ng maiitim na lalaking nakaabang sa itaas ng mga puno. At siya, si Sinilandang Bulan, bilang pinakamagandang bulaklak ng Bariwbariwan ang pinakamalamang na unang pipitasin sa hardin ng mga naggagandahang bulaklak kung sakaling magsisalakay ang mga kinatatakutang dayo.

Pagkapanhik ng mga bagong dating, inihandog ng binukot sa may-ari ng bahay ang kaniyang mga dala. Malagkit na kaning may gata na niluto sa buho ng kawayan, binurong hipon at taba ng alimasag, tapang usa, inihaw na manok, bukayo, at hindi mawawala ang alak na pangasi.

"Ito lang ang aking nakayanan," pagpapaumanhin ng binukot sa may-ari ng bahay.

"Hindi ka na dapat nag-abala, Inday," tugon ng siruhano habang inihahatid ang mga bagong dating sa sarili nilang banig at dulang.

"Wala namang malaking abala." Napansin din ng siruhano na dala-dala ng binibini ang kaniyang bidya.

Kaya pinababa na niya ang tatlong mag-aaral na kanina pa mga nakaupo sa itaas ng pinakabalangkas ng kaniyang bahay dahil tila magkakaroon ng tugtugan at sayawan maya-maya lang. Nais niyang makita kung mahusay din bang magsipagsayaw ang tatlong mag-aaral na ito ni Abyang Dalupihan.

"Ipinahimpil ko sa ibaba ang mga lalaking uripon," pagpapaalam ni Sinilandang Bulan sa may-ari ng bahay. "Sinabi kong magmatyag silang mabuti sa palibot ng bahay at baka biglang magsisalakay ang mga Ilanun na gustong tumangay sa akin. Alam kasi ninyo manong, noong isang araw pa may mga Morong humahabol sa akin at gusto akong dalhin sa kanilang kuta para gawing asawa."

"Ano naman kaya ang magagawa ng dalawang iyan?" tanong ni Antay Dapuan. "Kung nakahahalabas ng limampung ulo ng Moro sa iisang tagpas ang bawat isa sa dalawa mong bataan, baka may pag-asa pang maipagtanggol ka ng mga iyan."

"Kahit na. Mas mabuti na ang nag-iingat kahit paano. Basta't babaan n'yo na lang sila ng makakain at maiinom dahil pagod na pagod na ang mga iyan," pakiusap ng binukot.

"Kung susugod ngayon dito ang mga Ilanun, may tatlo tayo ritong bihasa sa kampilan na maihaharap," pahayag ng matandang babaylan na himalang nahimasmasan dahil nakabalik na rin sa wakas sa sariling daigdig nang marinig ang tungkol sa mga Ilanun. Tinutukoy niya siyempre ang kaniyang tatlong mag-aaral na nagsisimula na uling bumaybay sa bawat gilid ng silid dahil sa kalasingan.

"Ngunit dala ba nila ang kanilang mga sandata, Abyang?" tanong ng siruhano.

"Magsisilitaw din ang mga iyan kapag nagkasubukan, makikita mo," sagot ng babaylan.

"Kung gayon, may lima na tayo ritong maihaharap," kuwenta ni Udoy na nagising din nang marinig na pinag-uusapan ang pagsalakay ng mga Moro. "Idagdag na ninyo ako at tatlo pang mga kasama ko sa balwarte. Kaya siyam na. Ilan pa bang lahat ang iyong kawal, Inday?"

"Iyang dalawang iyan lang talaga. Kung di ko lang kailangan ng mga tagabuhat ng aking duyan, hindi naman sasama ang mga iyan. Pero may mga uripon akong babae na maaari namang magsanay humawak ng tabak kung kinakailangan."

Panatag nang nakasalampak sa banig itong si Sinilan-dang Bulan. Habang nagnganganga, magkasalikop ang kaniyang mga paang nakaupo sa ibabaw ng banig na may larawan ng araw, tandang, at payong na may tatlong suson. Napapagitnaan siya ng kaniyang dalawang babaeng uhay. Mga dama niya kumbaga sa prinsesa.

"Tamang-tama ang dating mo," pahayag ni Agboy sa bagong dating. Nagsasalita ito mula sa pinakabalangkas ng bahay kung saan naroon din ang dalawa pang kasa-mang mag-aaral. "Ikaw ang pinag-uusapan namin kani-kanina lang."

"Hindi siya kundi ang mga magulang niya," pagtatama ni Dipla. "At iba pang mga ginoo sa kapuluang ito na tumalikod sa dakilang simulain ng ating la—"

"Lubayan n'yo 'yan," saway ni Abyang Dalupihan sa kaniyang mga mag-aaral.

"Itong dalawang ito," sumbong ni Bunag sa kaniyang dalawang kasama.

"Sabihin na nating meron tayong sampung kawal at bawat isa kayang humalabas ng kahit sampung ulo sa iisang taga. Sabihin nating gano'n tayo kagagaling sa labanan, aba'y puwede na iyon kung may isang daang tulisan ang magsisilusob dito sa ating lugar. Madalas namang nasa ganoong bilang lang ang kanilang pinapupunta at hindi ang buong hukbo nila na kasing kapal ng damo sa kaparangan ang dami ng kabuuan." Si Antay Dapuan muli sa kaniyang hinuha sa tamang bilang at galing na kailangan sa isang digma. "Pero bakit ko ba laging iniisip na tig-iisang halabas lang ang puwedeng gawin bago mamatay sa kamay ng mga piratang Moro? Tiyak na hindi lang makakaisa ang iba sa inyo kung talagang sinanay kayo nang tama sa paghawak ng talibong."

"Isa pa, meron tayo ritong mga bantay," pagtitiyak ng matandang babaylan sabay turo sa tatlong itim na tagak na kanina pa nakamasid sa kanila mula sa bubungan ng bahay. "Kaya huwag ka nang mag-alala, Inday. Ligtas tayo rito. Pagkakain at pagkainom ninyo, tugtugin mo na ang dala mong bidya. Gustong-gusto na naming marinig ang awit na huli mong pinag-aralan."

"Basta't huwag n'yo lang akong pagtatawanan, Abyang."

"Walang magtatawa sa iyo. Ako mismo ang sasaway kung may kahit isa ritong tatawa. Hoy, kayong tatlo! Narinig n'yo naman siguro ang sinabi ko."

Isa-isang tinipon ni Udoy ang mga tangkay ng namumulaklak na balanoy na ginamit kanina ng kaniyang mga kasama para masilip ang mga espiritu sa ilalim ng silong. Tinipon niya muli ang mga ito para isa-isang itanim sa gitna ng silid, itinutusok sa mga siwang ng sahig na kawayan na parang nagtatanim doon ng palay habang masayang umaawit sa kaniyang sarili:

Pagbugtaw, pagmukayaw kaw lampung
Pagbugtaw kaw lalaki
Magkut aku pasin'u
Inmanu imu damgu?
Anu imu tagin'ep?
Hmmm.

(Gising, gising,
Manong, gising.
Tanong ko sa iyo,

Anong panaginip mo?
Anong nakita mo sa panaginip mo?)

Na sinagot naman nina Bunag, Dipla, at Agboy:

Pilak, bulawan, dangu
Pirlas, diamanti
Kanhawa kalawig
Dasig ku uligsay.
Hmmm.

(Pilak, ginto, ang nasa panaginip ko
Perlas at diamante
Magkasamang nakatuhog
Sa isang mahabang tali.)

Ito ang inaaawit sa pinakahuling bahagi ng ritwal ng pagbibigay-pangalan sa anak. Hindi alam ni Udoy kung bakit iyon ang biglang sumagi sa isip. Sa ilog ito ginaganap na magtatapos sa loob ng bahay. Magkukunwang nangingisda sa ilog ang ama ng bata kasama ng ibang kalalakihan. Mauuna itong aahon sa ilog para umuwi ngunit hahabulin siya at kunwa'y pipigilin ng mga kasama. Papasok ang ama sa bahay para mahiga habang nakatalukbong ng kumot at habang magpapaiwan sa hagdan ang mga humahabol. Bukod sa ama ng bata, ang babaylan lang ang tutuloy sa loob ng bahay at doon, madadatnan nga niya ang amang natutulog habang nakatalukbong pa rin ng kumot. Gigisingin niya ito at tatanungin kung ano ang laman ng panaginip. At isasagot naman ng amang ginising na isang kuwintas ng pilak, ginto, perlas, at diyamante na ibig sabihi'y kahilingan ng masaya at mahabang buhay para sa anak.

Sinimulan ni Sinilandang Bulan ang pagtugtog sa kaniyang bidya. Nakinig ang lahat sa huni ng kaniyang bidya na tila umiiyak na ibong punay. Muling nagsipag-akyat sa barikalan ng bahay ang tatlong mag-aaral para hatawin ang mga nakasabit doong gimbal at sanang. Masidhi nilang sinabayan ang tugtog ng bidya. Sa kanilang sama-samang pagtugtog, ginagaya nila ang indayog ng mabagal na paglipad ng agilang dagat na naglalakbay pauwi sa sarili nitong pugad.

Dahan-dahang tumayo ang namumulang si Abyang Dalupihan. Nalulukuban pa rin siya ng espiritu ng alak nang simulan ang pagsayaw ng binanog. At dahil sumayaw nang lasing, hindi kaya galaw at lipad ng lasing na banog ang kaniyang maipakita sa mga pag-indak at pag-imbayo ng katawan? Sinimulan nito ang mga paa sa maliliit na hakbang, sa paglundag-lundag, at sa pagtarak-tarak sa sahig. Gayon din ang mga braso at kamay sa pagpisik-pisik. Ibinuka niya ang mga braso at kamay upang gayahin ang lipad ng ibong banog, ang mga siko ang ipinangkampay, pumipisik-pisik ang mga balikat, nagpatalun-talon sa paghakbang, tumatarak sa sahig ang mga paa na parang hindi umaalis sa kinaroroonan habang sinasabi naman ng mga pagkampay na "Narito ako, paparating na," dahil habang nasa kalagitnaan ng pagsayaw, hindi na siya ang lasing na babaylan. Katunayan, hindi na siya tao dahil isa na siyang ibon. Listo. Matalas at hindi lango. Dahil siya na si Banugon-Banugon Araandunganon Banug-Banug Lumpad Andungan Dumagit na inutusang kumuha sa tubig ng Abangay na tubig sa langit na nagbibigay-buhay. Nagtagumpay na siya sa kaniyang pakikidigma sa bantay na buwaya at ngayo'y uuwi na sa Tarangban para ihatid ang tubig na lunas para sa lahat ng may karamdaman.

Habang naglalakbay ang ibong banog, sumabay rito ang bahay sa muli nitong paggalaw para tahakin ang direksyon patungong dagat. Kumikilos ito kasabay sa indayog ng bidya, gimbal, at sanang, at sa ritmo ng mga pagkampay ni Banugon-Banugon. Ngunit hindi tulad ng mga pagkampay ng banog na ubod ng liksi ngunit ubod din ng banayad, may halong ligalig at pag-asam ang mga hakbang ng ikalawang manlalakbay. Dahil kung napagwagihan na ng ibong mandaragit ang kaniyang laban, ang isang ito, ngayon pa lang sasagupa. Maaari itong manaig ngunit maaari ding masawi sa pupuntahan. Kumikilos ito pailawod. May susugurin malamang. Pasulong ang kilos nito para harapin ang mga kalaban.

Dahil sa kanilang kalasingan, isa man sa mga nagkakasiyahan ay walang nakapansing kumikilos muli ang bahay kung saan silang lahat nakasilong. Humapay ang mga haligi sa silong, minsang pakaliwa at minsang pakanan na parang idinuduyan ng malakas na bagyo. Nayayanig ang sahig nang hindi dumudulas ang mga nakataob nang tapayan ng alak. Kaya kahit pa maglakbay ito nang buong araw, wala pa rin sa mga panauhin ni Antay Dapuan ang makakapansin dahil umiikot na ang kanilang mga paningin at umuuga-uga na rin ang kanilang mga sari-sariling daigdig sa lakas ng sipa ng pangasi. Ang pang-apat na tapayan na dala ni Sinilandang Bulan, na huling tapayan ng alak sa kanilang inuman, nakataob na rin gaya ng naunang tatlo dahil malalakas ding magsiinom kahit itong mga babae.

Sa simula, nakikisabay sa apat-apat na kumpas ng tugtog ang mga nanonood ng sayaw ni Abyang Dalupihan sa pamamagitan ng kanilang sabay-sabay na pagtapik-tapik sa sahig na kawayan gamit ang kanilang mga kamay habang ang iba nama'y sa pagtuktok-tuktok sa sahig na kawayan gamit ang kanilang mga hawak na kahoy na panuktok. Hanggang sa di na nila natiis ang anyaya ng banog. Naunang tumayo ang isa sa mga dalagang uhay ni Sinilandang Bulan para gawin ang simbalud na sayaw ng kalapating balud dahil sinong nagsabing ang binanog ay sayaw na para lang sa ibong banog? Nakisalimbay sa hangin ang kalapating balud sa ibong banog sa pagpisik-pisik nito sa siko at pagtarak-tarak ng mga paa sa kawayang sahig. Ikinukurba ang sariling mga pakpak sa kaniyang paatras na pagkampay sa mga braso at kamay.

Sumunod sa kanila ang isa pang babaeng uhay na naganyak na ring magpakitang gilas. Sinayaw naman nito ang tinatawag na inalagit-it na sayaw ng paniking alagit-it. Sinikap nitong gayahin ang huni ng paniki at ang kilos nito sa tuwing lumalabas ng yungib sa gabi para maghanap ng makakain.

Nagtatarak na sa gitna nila ang banog, balud, at alagit-it nang makisali rin si Udoy para gawin naman ang pinato na sayaw naman ng pato. Tawa nang tawa nitong ginaya ang pag-imbay-imbay ng puwet ng pato at ang lakad nitong pumapaling na pakanan at pakaliwa.

Ang dalawang bantay na iniwan ng binukot sa hagdan, sila lang ang nakakaalam na naglalakad ang buong bahay. Sa simula, sinisikap nilang humabol at sumabay rito sa paglalakad. Pero nang mapagod, nagsiakyat at nagsikapit na lang sila sa hagdan para hayaan ang bahay na dalhin na rin sila kung saan man nito balak na pumunta.

Nagdaan sila sa mga bukid at parang habang tuloy pa rin ang sayawan at tugtugan sa itaas. Nang marating nila ang bayan, may mga tagaroong naakit sa pagtatawag ng karatong, sanang, at gimbal. Nais din ng mga tagaroong makisali sa kasiyahan. Ngunit hinding-hindi nga lang sila makapanhik sa bahay dahil hindi ito humihinto para magpatuloy kahit pa humahabol na ang mga tao at nag-uutos sa may-ari na pahintuin kahit sandali ang kaniyang bahay.

Huminto lang ito nang sumapit na sila sa tabing-dagat. Nakahanap ito ng sariling puwesto sa ibabaw ng bahurang nahahanggahan ng manaka-nakang mga tumpok ng matataas na batong kinakapitan ng mga talaba at tahong. Hapon na rin nang makarating sa huling hantungan nito ang bahay na naglakbay.

Sa loob ng bahay, narinig ng mga nagkakasiyahan, kahit sa gitna ng kanilang ingay, ang lagaslas ng tubig sa paligid at ilalim ng silong. Naramdaman din nila ang simoy ng hangin na nagdadala ng amoy ng tubig alat. Nang magsipagdungaw sila sa bintana, doon lang sila sinaniban ng matinding pagtataka sa kung paano silang nailipat sa lugar na iyon nang hindi man lang nila namamalayan. Talagang mga hilongtalilong na sila, sama-sama nilang napagtanto.

Nagsipasok sa loob ng bahay ang dalawang bantay para iulat ang namataan nilang mga paraw na paparating buhat sa malayo. Na nakita nila sa kabila rin ng kanilang kalasingan. Sama-samang dumungaw ang lahat sa malawak na bintana para tingnan ang sinasabi ng dalawang bantay na uripon. At natanaw nga nila mula sa kanilang kinatatayuan ang mga paraw, daan-daan ang bilang kundi man libo-libo, na sa dami ay tila nahihirapan ang mismong dagat na makakilos.

Si Udoy na tila biglang nahimasmasan mula sa kalasingan (ngunit ang totoo ay hindi pa) at inakalang ibinabalik siya ng mga pangyayari sa ibabaw ng balwarte, ang unang nakakilala sa mga paparating. "Mga Ilalun!" naibulalas niya sabay luwa ng mga mata.

Si Antay Dapuan ang pumukpok sa agong bilang hudyat sa pagdating ng mga kaaway. Hindi ito ang tunog ng balalong na nagtatawag sa mga taong magsilikas na patungong bundok. Sa halip, ito ang agong na gumagamit ng ritmong naghahayag sa simula ng digma. Sinaliwan pa ito nina Bunag, Dipla, at Agboy sa muling paghataw nila sa mga gimbal at sanang na sinasabayan na rin nila ng mga pagsigaw.

Naglulundag at nagpapadyak ang matandang babaylan sa ritmo ng paa na tinatawag na sadsad. Sinimulan nito ang sayaw ng mandirigma, ang sayaw na tinatawag na tada. Sandaling tumigil ang pagtugtog ng kahit anong instrumento. Hinalinhan ito paghampas-hampas sa tultugan na instrumentong yari sa kawayan. Na gamit din sa pagtawag sa mga tao kung may mahalagang pabalita. Hawak ni Abyang Dalupihan sa isang kamay ang bangkaw na tanging siya lang ang nakakakita. Sinusundan niya ng tingin ang dulo ng talim nito na kaniyang iniuumang sa mga kalabang tanging siya lang din ang nakakikita. Pinangunahan niya ang dalawang uripong bantay sa pag-indak sa sayaw na nagtatawag sa iba pang mga mandirigma na makihanay sa kanila sa pakikitalad.

Sa kaniyang sulok, hindi umaalis sa pagkakaupo si Sinilandang Bulan kasama ng kaniyang dalawang babaing uhay. Sinasabing tila bulaklak ng bagiw-bagiw sa ganda ang binukot kaya ito malamang ang pakay ng mga nagsirating na pirata. Panatag siyang nagnganga kasama ng kaniyang dalawang babaeng uripon sa kabila ng pagdating ng mga Morong dudukot sa kaniya para dalhin siya sa kanilang kuta at gawing asawa ng kanilang sultan. Sa kaniyang sariling mapa ng daigdig, ang kaharian ng nasabing sultan ay nasa pinakagilid ng pinakailalim na sapin ng sansinukob sapagkat sa dakong iyon din matatagpuan ang mga bayan gaya ng Jolo, Sulu, Maguindanao, at Basilan.

Sa kanilang pagnganganga, inilulura nila ang mapulang katas ng bunga sa silong ng bahay at dahil sa tapang ng katas kaya nagkukulay pula na parang dugo ang tubig sa silong ng bahay na parang doon ay may babaeng dinaratnan at malakas na inaagusan. Sa tapang ng katas ng nganga, tumagas sa palibot ng bahay ang mapulang kulay hanggang sa kumalat ito patungong laut kung saan naroon ang mga tulisan. At dahil sa galing ng katas na magkunwang dugo kaya naakit nito ang mga pating na biglang nagsilitaw sa panig na iyon ng dagat para sa inaakalang pista ng mga patay.

Bumaba buhat sa barikalan ng bahay itong si Bunag upang iwan ang paghampas sa tultugan at tumugon sa tawag ng tada. Sumali siya sa pagnganganga ng mga kababaihan. Hiniling nito sa binukot na ipagbilot siya ng nganga. Ngunit dahil abala rin ang bai sa sarili nitong pagnganganga kaya sinabi na lang nitong mas mabilis kung ang lalaki na lang ang gagawa nito para sa sarili sa halip na iasa pa sa kanilang mga kababaihan. Na siya namang ginawa ni Bunag dahil si Bunag ay taong madaling kausap.

Nang makapagnganga, hinaplasan naman niya ng langis na tinatawag na lana ang sariling katawan, ng sariling baong dalungdung na tinatawag ding ralanhan. Ang ganitong ritwal ng pagpapahid ng lana ng isang sasabak sa digma marahil ang pinanggalingan ng paniniwala tungkol sa mga aswang na nagpapahid din muna ng lana sa katawan bago sapian ng kakaibang kapangyarihan. Ngunit hindi lang mga babaylan ang gumaganap sa ritwal ng langis. Ginagawa rin ito maging ng mga mandirigma. At hindi lang sila. Kahit ang mga tulisan, sinasabing nagpapahid din ng ralanhan bilang paghahanda sa laban. Kaya ang operasyon nilang lahat—mapababaylan, bayani, tulisan o aswang, ay umiikot sa bisa ng ralanhan, sa lakas at galing ng dalungdung na kanilang iniingatan.

Sa pagsubok sa bisa ng baong langis, nais malaman ni Bunag kung gaano katagal niyang mababalam ang pagsulong ng mga kaaway. Nang maramdaman niya ang pagdaloy ng mainit na kapangyarihan, inilabas naman niya buhat sa suksukang nasa kaniyang baywang ang sariling kampilan na tinatawag ding talibong na sinasabing singnipis ng dulo ng talahib. Hugis ng tuka ng manok ang ukit na puluhan na nagpapakita ng maringal na estado ng mandirigmang nagmamay-ari nito. Dahil tuka ng manok ang puluhan, buntot naman ng manok na tandang ang duluhan ng suksukan kung kaya ang talibong na dala sa digmaan ay parang tandang na dadalhin sa sabungan.

Nilangisan ni Bunag ang talim ng kampilang ipinamana pa sa kaniya ng kaniyang lolo, na ipinamana naman sa kaniyang lolo ng isang kamag-anak na panday. Sa wakas, masusubok din niya ang galing nito. Malalaman niya ilang sandali na lang kung ilang tainga ng Moro ang kaniyang matatagpas gamit ang dulo nito. Nais niyang magbilang ng tainga.

Mula rito matatalunton ang mahabang tradisyon ng ganitong pag-aani ng mga tainga. Iabante pa ng isang siglo ang kasaysayan, sa pagitan ng 1802 hanggang 1848, sa isang bayan sa Cebu, si Padre Julian Bermejo na paring Agustino, na nagsanay sa kaniyang parokya kung paano makikidigma sa mga Moro ang nag-utos sa mga ito ng pangongolekta sa tainga ng mga kaaway. Salapi at indulhensiya ang kapalit ng bawat tainga. Mauuso ang pagpapatuyo sa mga taingang ito hanggang sa magmukhang kabuteng kahoy, at tutuhuging parang kuwintas at bilang na bilang na isisilid sa mga garapon.

Iabante pa muli ang kasaysayan at muling masasaksihan ang ganitong gawain taong 1960 sa pagitan ng mga puwersang paramilitar na gaya ng mga Ilaga na naglipana noon sa Mindanao para maghasik ng lagim sa mga inapo ni Ismail. Ngunit di gaya sa panahon ni Padre Bermejo, wala nang simbahan o gobyernong bibili sa mga taingang ito kaya para saan pa ang pangongolekta at kung ano talaga ang kanilang ginagawa sa mga ito; kung ito ba'y ginagawa nilang anting-anting na panakot sa kidlat, dekorasyon sa sariling katawan, pampalasa sa lugaw at sabaw, tropeo ng sariling kagitingan, o di kaya'y isang mas internal na pangangailangang mapalapit sa diwa ng thanatos, tanging Diyos at sila lang ang nakakaalam.

Nag-alay ng dasal si Bunag sa diwata ng kidlat at unos na samahan siya sa gitna ng dagat sa kaniyang pagharap sa mga paparating na kaaway. Matapos usalin ang maiksing panalangin, mabilis siyang nanaog sa bahay na noo'y hindi pa rin tumitinag sa pagkakatayo sa ibabaw ng bahura. Sa simula, pasuray-suray siyang naglakad sa ibabaw ng tubig. Nang matiyak niyang hindi lumulubog sa alon ang kaniyang mga paa sa bisa ng kaniyang ralanhan, nakaipon ang binata ng sapat na lakas ng loob para sugurin ang mga paraw sa kaniyang harapan. Mabilis itong sumalimbay sa ibabaw ng mga alon na parang isdang barangan. Puntirya niyang salubungin ang bangkang nasa unahan ng mga naglalakihang paraw. Itong bangkang mas maliliit ngunit di hamak na mas mabibilis.

Kahit walang layag, higit na mas agresibo ang may dalawampung tagagaod ng bangkang ito. Sabay-sabay ang paggagaod ng mga tagasagwan sa mabilis na ritmo ng pinatutunog na tambol, sumusulong na parang di mabilang na mga paa ng higanteng alupihan. Ito ang inilagay sa unahan ng mga paraw dahil kung sakaling mahirapang makadaong ang mas malalaking sasakyang pandagat, matitiyak pa rin ang pag-abot ng kanilang puwersa sa target na isla. Ibig sabihin, kahit itong alupihang dagat lang ang mapalubog ni Bunag, maaaring mahirapan nang makarating, kundi man tuluyan nang mapaaatras ang mas malalaking banta.

Kung may dalawampung sakay ang naturang bangka (dalawampu't isa kapag idinagdag ang nagtatambol), ibig sabihin, apatnapung tainga rin iyon kung mapalulubog niya ito at kung kumpleto nga ang mga pares ng tainga ng lahat ng mga sakay.

May ilang hakbang na lang ang layo ng binatang singgawad buhat sa mga bangkang ito nang lundagin ni Bunag ang nasa pinakaunahan ng lahat ng mga bangka. Nagulat pa ang mga piratang sakay nang masaksihan nila ang nag-iisang nilalang na sumusugod sa kanila habang lumulundag-lundag sa mga alon at sa mga katig na parang alamid na lumulundag sa gilid ng bangin.

Nang makatuntong ang binata sa katig ng bangkang pinupuntirya, at nang makapanimbang siya roon na parang kasinggaan lang ng balahibo ng ibon ang kaniyang katawan, nagkaroon siya ng pagkakataong makita sa wakas ang mga Moro sa malapitan.

"Ito pala ang mga Moro!" nasabi niya sa kaniyang sarili, pero dahil sa lakas ng kaniyang pagkakasabi sa harap mismo ng mga Moro kaya mas angkop sana kung sinabi niyang "Kayo pala ang mga Moro!" Dahil simula pa nang kaniyang kabataan ay noon lamang siya nakakita ng totoong buhay na Moro.

Musmos pa lang, naririnig na niya sa mga nakatatanda ang tungkol sa lahi ng mga taong naninirahan sa gilid ng sansinukob. Madalas siyang sumama noon sa aplaya para manguha ng mga tayom at balatan kasama ng kaniyang mga kababata. Binibili sa kanila sa malaking halaga ang mga nakukuhang tayom at balatan. Hanggang sa pagbawalan sila ng mga nakatatandang magtungo sa aplaya dahil dinadalaw ang lugar na ito ng mga Morong dumudukot ng mga bata. Na naging dahilan bakit kahit mayaman sa mga tayom at balatan ang kanilang karagatan, na puwede sanang ikabuhay ng kanilang mga pamilyang madalas dalawin ng gutom, ay walang nagkakalakas-loob na magpunta sa gawing iyon ng dagat.

At ngayong kaharap na niya sa wakas ang mga Moro, bigla siyang nanlumo sa kaniyang nakita. Bigo siya sa kaniyang inaasahan dahil ang mga Moro palang kanilang kinatatakutan noon ay mga tao lang mula leeg hanggang paa, ngunit ang mga ulo ay balatan kung hindi tayom. Wala ang mga taingang inaasahang makolekta buhat sa mga ito. Sa halip, ang naroon lang ay mapupulang sungay o galamay na parang makikita sa prutas na rambutan.

Kaya nagpasya ang binatang sa halip na tainga ay mga daliri na lang ang kukunin niya buhat sa mga ito. Bigla siyang sinagilan ng bagong sigla sa naisip niyang iyon, na di nga niya akalaing maiisip niya habang nasa gitna siya ng pakikipag-harangang-taga sa mga nagsisalubong na kampilan. Hinarap niya ang mga ito na parang iisa lang, at tanging iisa lang ang katunggaling dapat niyang pagtuunan ng kaniyang isip at paningin. Hindi siya nataranta o nawalan ng loob kahit sandali. Kaya sabay-sabay niyang natatagpas ang kalabang nasa harap at likod, kaliwa at kanan. Tila mga butil lang ng binabayong mais ang mga ulo ng mga kalaban kapag tumatalsik ang mga ito mula sa sarili nilang mga katawan. Ang mga pating na kaninang naunsyami sa tubig na pinapula ng nganga, ngayo'y nagsipagbalik na para sa totoong dugo.

Nagkagulo maging ang mga pirata sa ibang mga bangka sa kanilang nakita. Nagkagulo sila sa pagdalo sa mga kasamang tila sinasalakay ngayon ng diablong naninirahan sa laut. Mabilis na nagsirating ang saklolo. Na lalong ikinatuwa ni Bunag dahil hindi na siya gaanong maghihirap pa sa pagpunta sa mga bangkang ito dahil ang mga ito na ang lumalapit sa kaniya.

May mga pumana at sumibat sa kaniya sa pag-asang kahit isa man lang sa mga ito ang makadali sa kaniya. Pero sumasablay lahat dahil ginagamit ni Bunag na pananggalang ang mga buhay at patay na katawan ng mga piratang nakaharang sa kaniyang daan. At dahil magkakaratig na ang mga bangka kaya mas madali siyang nakasasampa at nakapagpapalipat-lipat sa mga ito.

Sa gitna ng lahat ng ito, biglang naalala ng binatang wala pala siyang dalang sako o kahit na anong sisidlan ng mga daliring kaniyang iuuwi pagkatapos ng laban.

"Agboy! Agboy, pumarito ka sandali at dalhan mo ako rito ng sako!" ubos-lakas na sigaw niya sa kasama na parang nasa kabilang bundok ang kinakausap.

Dinala ng hangin patungong pampang ang kaniyang mga tawag ngunit hindi na buo ang naihatid na mensahe. Ang nakuha lang ni Agboy sa kaniyang mga sinabi ay ang utos na pumaroon ito sa laut. Hindi nito narinig ang tungkol sa pinakukuhang sako. Kaya inakala tuloy nitong nagpapasaklolo na si Bunag sapagkat hindi na nito makaya ang mga kalaban.

Kaya bumaba si Agboy buhat sa barikalan para magnganga. Gaya ng ginawa ni Bunag, pinahiran din niya ang sarili ng langis. Tinawag din ang taglay na kapangyarihan. Inilabas mula sa suksukang nasa baywang ang sariling talibong na kasingkintab ng atay ng pating. Pamana pa ito sa kaniya ng kaniyang amang mandirigma. Nilangisan ito ni Agboy ng katulad ng lanang ipinanglangis sa sariling katawan at saka humingi ng patnubay sa diwata ng unos at kidlat.

"Ako naman ang sasabak," pahayag ni Agboy sa mga kasama matapos maghaplas ng langis.

"Pagbutihan mo. Sunduin mo na rin si Bunag bago pa iyon matadtad nang pinung-pino," bilin ni Abyang Dalupihan sa binatang singgawad habang tuloy-tuloy pa rin sa pagsasaut ang matandang babaylan kasama ang dalawang uripong bantay ni Sinilandang Bulan.

Gaya ni Bunag, walang pagdadalawang-isip na pumanaog ng bahay si Agboy para sugurin ang mga Ilanun. Ibig din niyang umugit ng kasaysayan gaya ng nakikita niyang ginagawa ngayon ng kamag-aral. Pero ang mga Morong nadatnan niya sa gitna ng laut ay di gaya ng mga Moro ni Bunag; na sa kung anong dahilan ay mga tao mula ulo hanggang paa subalit may pasobrang kumakawagkawag na buntot ng kung anong uri ng reptilya. Ibig sabihin, hindi nagkopyahan ang dalawa sa kanilang pagtingin at pag-intindi sa kung ano ang Moro. Marahil naipagkamali nitong huli ang mga Moro sa mga Tirones na tawag sa mga taong may buntot at mahilig kumain ng tao. Ayon sa kuwento ng mga nakatatanda sa kanilang lugar, sa mga Tirones na ito dinadala ng mga Moro ang kanilang mga bihag para ibenta. Ngunit sino ang mga

Tirones? May kaugnayan kaya sila sa mga Mangyan na madalas ding ilarawan bilang lahi ng mga taong may buntot? Posible, dahil sa mga pantalan ng Mindoro kung saan matatagpuan ang mga Mangyan matatagpuan din ang masiglang kalakalan sa mga Moro. Kahit noong panahong hindi pa dumarating ang mga Kastila, ang Mambulao na bayan sa Mindoro ay nakikipagkalakal na sa mga Tsino at Arabo. Na tinatawag din daw na bayan ng Mangianes, ngunit may nagsasabi ring Ma-yi dahil ito ang ipinangalan ng mga Tsino sa nasabing lugar. At kung isasaalang-alang pang ang Mambulao ay dating pamayanan din ng mga Moro, lalong hihigpit ang ugnayan ng mga Moro sa mga taong may buntot! Sa sobrang higpit ng ugnayan, sa bandang huli, baka nga may katuwiran si Agboy na maipagkamali sila sa isa't isa.

Samantala, palakad-lakad si Udoy sa loob ng kubo habang hinahagisan ng tanaw ang nagaganap na labanan sa laut. Nahihimasmasan na siya sa kaniyang kalasingan, bagamat matindi pa rin ang sipa ng alak sa kaniyang utak. Muli siyang nag-alala sa anak na naiwan sa bahay. At dahil nasa bahay na rin lang ang lipad ng kaniyang isip kaya pati ang pulburang nakatago sa likuran ng kanilang bahay ay kasama na ring nahagip ng kaniyang pag-aalala. Paano kaya niya maihahatid ang pulburang iyon sa mga nagbabantay ngayon sa balwarte? Hindi niya alam. Hindi na siya aabot kung saka-sakali. At dahil imposible na siyang makatulong kaya nagsimula na lang siyang mangarap ng mga kaugnay na bagay. Naisip niyang kung meron lang sana silang limang balwarteng nakakalat sa kahabaan ng pampang. Kahit lima lang. At bawat balwarte, may hanggang tatlong taas na palapag. At bawat palapag, may tigdalawang lantakang naka-estasyon kaya anim na lantaka sa bawat isa. At lahat ito may sapat na mga pambala. At kung sana rin may nakahimpil sa bawat balwarte na tig-lilimampung kawal, na tunay na mga kawal na di lang yari sa dayami, at di lang armado ng riple kundi bihasa rin sa paggamit nito.

"Kung nandito lang sana ang lantaka, mapupulbos agad ang mga iyan," nasabi na lang niya sa mga kasama bagamat hindi rin siya gaanong naniniwala rito dahil wala pa namang nakasusubok kahit minsan kung gumagana nga ba talaga ang nag-iisang lantaka sa kanilang balwarte. At kung sakali ngang gumagana, wala naman sa kanilang may sapat na kaalaman sa paggamit niyon. Kaya tama bang ipinagkait niya sa kura ang pulbura kung mas tiyak ang kura sa kung paano ito gagamitin?

Tumingin siya sa kalangitan sapagkat may isa pang bagay siyang biglang naalala. Iniisip niya kung nasaan kaya ngayon ang Diyos. Nasaan ang Diyos na sinasabi noon ni Padre Obaba. At ang Birhen na sasaklolo raw sa kanila sa panahon ng kanilang pangangailangan. Nasaan ngayon ang Birheng mangunguna dapat sa mga poon sa pagsugod sa mga tulisan? Nasaan na, Padre Obaba?

"Huwag na nating hanapin ang wala," wika ni Antay Dapuan na ang tinutukoy siyempre ay iyong lantaka at hindi ang Birhen na nanatili lang sa isip ni Udoy. "Tulungan na lamang n'yo akong maghagilap ng mga puwedeng igatong. Gagawa tayo ng malalaking siga sa paligid para mapausukan ang daraanan ng mga pirata."

"Saan tayo kukuha rito ng maigagatong?" tanong ni Udoy. At tila bilang sagot, nagpakawala ng isang malakas na pasabog ang lantaka buhat sa kabila. Tinamaan ang harapan ng bahay ng siruhano. Dahil sa lakas ng dagundong, nauga ang bawat haligi. May bumagsak na pawid at kahoy na tukod. May narinig pa silang tila isang malakas na pag-ire na nanggaling sa bahay. Naisip ni Udoy na kahit paano'y meron na silang maipanggagatong.

Nang makita nila itong bagay na inire ng kubo at iniluwa buhat sa silong—isang mas maliit na bahay na gadibdib lang ng tao ang taas. Mabilis itong naglakad papunta sa pinanggalingan ng putok para salubungin ang mga susunod pang ibabala ng lantaka na galing sa paraw ng mga Morong pirata. Mabilis itong sumampa sa batuhan sa pag-asang malito nito kung sinuman ang pumupuntirya sa mas malaking kubo na marahil ay kinikilala nito bilang magulang. Dahil maliit, maliksi itong nakakakilos pakaliwa at pakanan para makailag. Tatlong halos magkakasunod na pasabog din ang nagawa nitong saluhin at iwasan hanggang sa huling sandali.

Dumaplis sa bubungan ng totoong bahay ang pang-apat na pasabog. Bumagsak ang kalahati ng bubong kaya nabulabog ang tatlong itim na tagak na kanina pa roon nakadapo. Dahil sa mga tinamong pinsala at sa pinsalang posible pang matamo kung magpapatuloy ito, nag-alala si Udoy na baka hindi na makalakad pa ang bahay ni Antay Dapuan.

Sa gitna ng napipintong pagkawasak ng bubong, inilabas na ng dalawang babaeng uhay ang kani-kanilang mga sundang. Nangako sa binukot ang dalawang ito na magdaraan muna sa kanilang bangkay ang sinumang magtangka sa puri ng kanilang bai.

Mula sa malayo, natanaw ng mga nasa kubo ang pagbabalik nina Agboy at Bunag. Pasan-pasan nila ang mga sakong tila punong-puno ng laman.

"Ako naman ang sasalida," pahayag ni Dipla sa lahat ng mga naroon bilang kahuli-hulihang tagabagting ng basal. At sa kaniyang pagbaba buhat sa barikalan ng bahay, tuluyan nang natahimik ang buong paligid mula sa tunog ng mga agong. Bago sumugod, nagnganga ito nang buong gigil. Di matiis ni Abyang Dalupihan ang pananahimik sa gitna ng digmaan kaya tumigil siya sa pagsasaut upang harapin naman ang pagpalo sa kaniyang agong. Tumayo si Sinilandang Bulan buhat sa banig na may larawan ng manok, araw, at payong na may tatlong suson. Nasa likod ng binibini ang dalawang babaeng uhay nang pahayuin nito sa laban ang dalawang lalaking uripon na kasama. Ibinilin nito sa mga mandirigmang huwag kalilimutang mag-uwi ng maraming tainga ng Moro sapagkat ang mga taingang ito ang nais nitong ikuwintas sa sariling leeg.

Hindi na narinig ni Dipla ang mga habiling ito ng binukot. Kasama ng dalawang lalaking uripon, bumaba ng bahay ang binata para salubungin ang dalawang mandirigmang papauwi na.

Si Dipla naman ngayon ang haharap sa mga kaaway. Ngunit dahil maagap at laging handa, dala rin nito, bukod sa talibong, ang sariling kalasag. Na hugis parihaba na gadibdib ng may-ari ang haba at may mga sungay na nakausli sa apat na magkakabilang sulok. Nakabaluktot ang mga sungay na ito patungo sa gawi ng may-aring ipagsasanggalang. Kumapit si Dipla sa sungay sa itaas habang tangan ng kabilang kamay ang talibong. Iniapak naman niya ang dalawang paa sa magkabilang sungay sa ibaba at nang utusan niyang lumipad ang kalasag, mabilis itong sumunod. Kaya nauna na siya sa dalawang bantay na uripon na magsisilakad na lang patungo sa mga kaaway, iyon ay kung kaya nga ng kanilang gahum na palakarin sila sa ibabaw ng tubig patungo sa kanilang mga kalaban, at iyon ay kung may taglay ngang gahum ang mga tulad nilang uripon.

Sa ganoon niyang posisyon ng pagkakakapit sa sariling kalasag, nakatayo si Dipla nang dalhin siya nito sa kalawakan at patayo rin nang bumulusok sa kaniyang mga kaaway. Ngunit bago magtuloy-tuloy sa pagsadsad at pagsabak, may kung anong puwersang biglang humila sa kaniya pabalik sa itaas. Nagpaikot-ikot muna sa ere ang kalasag, nilibot buhat sa ibabaw ang lapad ng karagatan kung saan naroon ang mga paraw. Sapagkat biglang nagkaroon ng pag-aalangan itong mandirigmang nakasakay. Sa unang pagkakataon, nakita niya sa wakas ang anyo ng mga Morong kakabakahin. At di gaya ng kaniyang inaasahan na makakakita siya ng mga nilalang na nababalutan ng kaliskis, o kung hindi kaliskis ay balahibo, ang nakita niya'y mga tao. Sa kaniyang labis na pagkagulat. Higit sa pagkagulat nina Agboy at Bunag. Pagkagulat na nangangailangan ng sandaling paghinto ng buong paligid. Dahil gustong sabihin ni Dipla, "Teka lang, teka lang muna. Ano ito? Bakit ganito? Anong ibig sabihin?" Dahil ilan sa mga tripulante ng mga paraw na lumulusob ngayon sa kanilang lugar ay halos kaedaran lang nina Agboy at Bunag. May nakita pa siyang kahawig ng kaniyang amaing kamamatay lang noong isang buwan.

Nang muling nagpaputok ng lantaka ang mga pirata. Tinamaan ang munting bahay na nagpaparoo't parito sa kanilang harapan bilang pampalito. Sumabog ito. Narinig pang umuha na parang sanggol bago nagkalasog-lasog.

May kasunod pang pagsabog. Bubong ng totoong bahay ang nadali. Nabulabog ang mga itim na tagak na nakadapo roon. Tuluyan nang napasahangin ang mga ito. Maligalig na sumalimbay sa alapaap. Galit na galit dahil sa pagkakabulabog mula sa kanilang kinadadapuan. Nagsimula silang magpaikot-ikot na parang lumilikha ng sarili nilang buhawi, sinasalubong nila ang isa't isa, tila nagsasalpukan ang tatlo pero panay lang haging sa isa't isa, tila nagsasabong sa kalawakan. Isang sayaw. Isang palabas. Ito kaya ang kanilang pagsasaut? Pabilis nang pabilis hanggang sa ang tatlong tagak ay magmukhang isang buong kawan ng maiitim na tagak. At sa bilis nila, naikalat nila sa langit ang maitim na kulay ng kanilang balahibo. Bahagi ng langit na kanilang nalambungan. Hanggang sa magdilim ang buong kalangitan. At sa pagbabadya ng gano'ng kadiliman, umihip nang malakas ang hangin at buhat sa kaitaasan, narinig na tila dagundong ng kulog ang mga salita ng diwata ng kidlat at unos.

"Ako si Kaptan!" ang sabi nito, "Ngayon n'yo mapatutunayan na ako ang nagbabantay at nagmamasid sa inyong lahat!"

Iyon lang ang kanilang hinintay at sinugod na ng maiitim na tagak ang mga paraw na sumasalakay. Ngunit mula sa laut, may isang kawan din ng mga tagak ang nagsisipagsalimbay. Mga puting tagak naman ang mga ito na sumasalubong sa ragasa ng maiitim na tagak. Dahil hindi lang sina Udoy ang pinangangalagaan ng kanilang diwata. May mga gabay ding nangangalaga sa panig ng mga Moro at ito nga ang kawan ng mga puting tagak.

Sa pagtatagpo ng mga puti't itim na tagak sa gitna ng himpapawid, tila sila naging banig na hinabi sa kalangitan sa pagtatagpo rin ng kanilang mga kulay. Hanggang ang mga itim ay naglapat sa mga puti at ang mga puti naman ay naglapat sa mga itim. Ngunit dahil mas malakas ang itim na kulay kaya mas nagtagumpay itong lalo pang mapadilim ang kalangitan. Hanggang wala nang paghihiwalay sa puti at itim dahil nilamon na ng itim ang puti. Lahat puro na naging itim. Maiitim na ulap. Na sa simula, inakala ng lahat na galing lang sa usok ng mga parte ng nasirang bahay na sinisigaan na ni Antay Dapuan. Hanggang sa gapangan ito ng kidlat na nagsasanga-sanga sa pagsagitsit. Gumuhit ito patungo sa karagatan para lumikha ng malakas na daluyong. Idinuyan ng matataas na alon at salatan ang mga paraw na parating pa lang sana sa pampang. Inunahan ang paglusob ni Dipla kaya nakita pa nito at ng dalawa nitong kasama kung paano dinikdik ng ulan at binayo ng hangin at alon ang mga layag na isa-isa nang nagsisitiklop na parang mga dahon ng makahiya.

Pero hindi ito ang hahadlang sa mga paraw. Dahil buhat sa likuran ng mga naglalakihang sasakyang pandagat, makikitang nagsiahon ang limang dambuhalang Turko na kasintaas ng puno ng dau, mga cafir na nagbuhat pa sa malayong lupain ng Aprika. Kasa-kasama ng mga bandido sa buong panahon ng kanilang paglalayag ang limang dambuhalang ito. Mula sa likuran, ang mga dambuhala ang gumagabay at tumutulak sa mga sasakyang pandagat.

Nagsiahon ang mga ito sa harap ng matinding sigwa para magsilbing mga panangga ng mga paraw mula sa matataas na alon at para maitulak ang mga sasakyan nang mas mabilis patungo sa kanilang destinasyon.

Isa sa limang dambuhalang ito, na pinakapinuno nila marahil, ang nag-aangkin ng isang kalawit na yari sa asero. Nasa dulo ng isang hawakan ang kalawit na ito na mahigit isang kilometro ang haba. Sa pamamagitan ng gamit niyang ito, nagagawa nitong kalawitin ang kidlat mula sa maitim na ulap na parang kumakalawit lang ng sinampay buhat sa sampayan, at saka ito ibinabaling at ipinupukol sa direksyong nais, na sa kaso ng higante ay sa pampang kung saan naroon ang kubo ni Antay Dapuan.

Lalong nagulantang ang mga panauhin ni Antay Dapuan sa pagtudla ng kidlat kaliwa't kanan. Maliban kay Abyang Dalupihan. Sapagkat siya ang makapangyarihang babaylan ng Panay at mangyari na ang mangyari ngunit hindi niya papayagang makadaong ang mga bandidong nais makapangayaw sa kanilang lugar.

Oras na para maghamok ang mga dambuhala. Alam ng matandang balyan kung paano gigisingin ang dambuhalang liwit na malalim na nahihimbing sa pinakamalalim na bahagi ng dagat kung saan sinasabing hindi na raw mga isda o lamangdagat ang mga nabubuhay sa parteng iyon kundi mga nilalang na wala pang kahit isang mata ang nakakakita dahil wala na nga raw talaga ito sa daigdig na ating ginagalawan.

Ngunit kapag ginising na niya ang hindi talaga dapat na magising sa simula't simula pa lang, wala nang bawian. Sa sandaling umahon ang higanteng liwit buhat sa kailaliman at makialam sa nagaganap na labanan, maniningil ito nang malaki.

Ngunit mangyari na ang mangyari, pag-uulit ng matandang balyan. Matanda na siya at mahaba na rin ang naging buhay sa mundo. Ngunit hinding-hindi niya

mapapayagang hulihin na parang mga baboyramo ang kaniyang mga kababayan at tangayin para gawing mga paninda sa kung saan-saang lupain bilang mga busabos na alipin. Hindi ito mangyayari. Mas mainam pang magwakas na lang ang mundo.

Kaya pinatunog niya ang agong bilang pagtawag sa natutulog na dambuhala. Hinataw niya ang agong nang ibayong lakas nang hindi lumilikha ng munti mang ingay ang pagbagsak ng panghataw sa mukha ng batingaw. Dahil siya at ang halimaw lang ang dapat na makarinig.

Walang ingay. Kahit ang hihip ng hangin o lagaslas ng mga alon na natural na ingay sa paligid ay natabunan ng nilikha nitong katahimikan. Ngunit bukod sa sariling kulog na pinawalan ng agong na para lang sa pandinig ng natutulog na halimaw, may isa pa itong pinawalan na nakaabot sa lahat ng mga mangingisda sa iba't ibang panig ng daigdig na nasa gitna ng laut ng mga sandaling iyon, na dahilan para mapansin ng mga mangingisdang ito ang kakaibang ligalig ng mga alon kaya nagsipag-unahan sila sa pagdaong sa pinakamalapit na pampang na kanilang madadaungan.

Ilang sandali pa nang may bumulwak sa gitna ng karagatan na parang may isang higanteng kometa ang bumagsak dito at bumutas sa pinakapusod ng dagat. Sa palibot ng naging butas, nagsigulong ang mga along tumataas na kasintaas ng mga bundok.

Aahon siya mula sa kalaliman ng dagat para manginain na parang kalabaw sa malawak na parang ng ating kalawakan. Lamang tiyan niya ang buwan, mga buntala, mga bulalakaw na nagpaparoo't parito, at kung ano-anong di pa nakikilalang mga bagay na lumilipad-lipad at nagdaraan dito sa ating mundo. Sa araw na ito, ang araw na kulay bibingka ang kinatatakaman niya. Ang sabi'y takot daw siya sa ingay kaya naman madaling itaboy. Hindi ko tiyak kung totoo. Ang alam ko, magkapatid kami, maaaring sa ibang ama o sa ibang ina. Kaya nang sasagpangin na niya ang higanteng bolang apoy na nagbibigay buhay sa lahat ng nilalang sa sangkalupaan, tiningnan ko siya ng masama sabay sabing "Oy! Hatian mo ako diyan!"

Bilang pagsalubong sa dambuhalang paparating, sama-samang inawit muli nina Udoy, Antay Dapuan, Abyang Dalupihan, at ng lahat ng mga naroong kasama sa inuman, sa mas malakas at mas mataas na tono, ang "Pagbugtaw, Pagmukayaw."

Pagbugtaw, pagmukayaw kaw lampung
Pagbugtaw kaw lalaki
Magkut aku pasin'u
Inmanu imu damgu?
Anu imu tagin'ep? Hmmm.

(Gising, gising,
Manong, gising.
Tanong ko sa iyo,
Anong panaginip mo?
Anong nakita mo sa panaginip mo?)

Umangil ang bagong gising na isdang liwit. Nagustuhan ba nito ang paggambala sa mahaba nitong pagtulog? Maaaring hindi kung ibig pala nito ang matulog na lang habampanahon. Maaaring oo kung itinuturing pala nitong kamatayan ang mahabang paghimbing, at ang paggising sa kaniya ng babaylan ang siya nitong ikalawang buhay.

Inihambalos ng bagong gising ang dulo ng buntot sa malawak na karagatan. Bigat na bigat ang kilos na parang nanlalata pa sa simula o di naman kaya'y sadya lang nabibigatan sa sariling bigat ng katawan. Na para pang tinatamad ngunit sandali lang na napalis na parang alikabok lang na ipinagpag ang isang libo't isang daang mga paraw ng mga bandido kasama ang limang higanteng Turko na kumakalinga sa mga ito. Nabura silang lahat sa ibabaw ng dagat. Ang mga tilad-tilad na kahoy na lumulutang-lutang sa tubig ang tangi nilang natirang mga labí.

Muling iwinasiwas ng dambuhalang liwit ang kaniyang buntot upang hawiin naman ang maiitim na ulap na likha ng mga ibong tagak ni Kaptan. Ang mga ulap na nagtatago sa namumulang panghapong araw na totoong sadya ng bagong gising sa kaniyang ikalawang pagkabuhay. At nang muling sumilay ang araw, pulang-pula ito kaya nagkulay dugo ang langit at dagat na nagsisilbi nitong kambal na salamin. Ngunit sandaling-sandali lang ang pamamayani ng namumulang araw. Kung gaano ito kabilis na ipinakita, ganoon din ito kabilis na muling ipinaglaho upang hindi na muling magpakita kahit kailan. Dahil itong dambuhalang liwit na kilala rin ng marami sa tawag na bakunawa ay nagpamalas ng pananabik na tila pananabik ng isang hayop na matagal na ginutom. Sandaling nagdaan ang kisap sa mata nito at buong-buo nitong nilamon ang araw na noo'y tila danggit na para di maabot ng pusa ay ibinitin sa bubong ng kalawakan.

Biglang sinaklot ng dilim ang buong mundo na parang napasama rin ito sa lalamunan ng dambuhala. Pusikit na kadiliman ang tawag dito. Dito nagwakas ang lahat. Dito na rin kailangang magtapos ang inuman ng ating magkakaibigan. Ang kanilang inuman habang naghihintay sa pagdating ng mga barbaro.

6

Ang Bagong Aswang

Bumbong kung liwanag
Kung gabi ay dagat.

—Isang bugtong.

NASA IBABAW NA NG SAGINGAN ANG BUWAN nang mangyari sa wakas ang pagbabagong-anyo ni Luklak tungo sa pagiging isang ganap na buwaya. Mabagal ang mga yugtong pinagdaanan para marating ang huling antas ng banyuhay ngunit kumbaga sa bulaklak, masasabing bukadkad na ang pagiging aswang ng dalagita.

Ayon sa mga eksperto, may dalawang uri ng buwayang nabubuhay sa Pilipinas. Ito ang *crocodylus porosus* na galing Indo-Pasipiko na lumalaki ng hanggang anim na metro at *crocodylus mindorensis* na galing Mindoro gaya ng sinasabi ng sariling pangalan at lumalaki nang higit-kumulang dalawang metro. Sa laki ni Luklak na kahit hindi aktuwal na sukatin ay matatantiyang lampas dalawang metro, mahihinuhang mas crocodylus porosus ito kaysa buwayang taga-Mindoro. Mas tumpak sigurong sabihing nagsimula si Luklak bilang buwayang tabang ngunit sa paglipas ng panahon, uunlad ang kapasidad ng kaniyang baga para sa mas malalim na pagsisid, at pagdating ng takdang araw ay papalaut bilang buwayang alat. Sa araw na iyon, makakaya nitong patayin kahit ang higanteng butanding na sinasabing dumadalaw sa bahaging iyon ng karagatan tuwing nagsisimulang umihip ang hanging habagat. Hindi lang ang dakilang isdang ito ang kaniyang mauutas dahil damay na rin pati ang mga pating na maaakit sa amoy ng dadanak na dugo. Sasadsad ang bangkay ng butanding sa baybayin ng Bariwbariwan kasama ang mga nangamatay na pating para mangamoy sa buong bayan ng halos isang buwan dahil hindi malalaman ng mga tagaroon kung paanong lilinisin ang mga bangkay na ito na nagkalat sa kahabaan ng kanilang dalampasigan. Bukod pa rito, sa araw na iyon, magkukulay dugo ang katubigan. Ito ang dalampasigang sasalubong sa pagdating ng galeotang Sta. Lucia kung saan nakalulan ang kinatawan ng gobernador-heneral na dumating sa dakong iyon upang maningil ng buwis para sa hari ng Espanya at muling manguha ng mga timagwang ipadadala sa mga pagawaan ng barko sa Cavite. Ngunit sa malayong hinaharap pa mangyayari ang mga bagay na ito. Sa ngayon, kay daming bagay pang dapat munang harapin ng isang nagmumurang aswang.

Sa wikang Kastila, may dalawang salitang gamit para sa buwaya: *cocodrilo* at *caiman*. Na baka tumutukoy din sa nabanggit na dalawang magkaibang uri ng buwaya sa bansa. Pero hindi lang dalawa ang uri ng buwaya sa panahon ni Luklak. Sa paniniwala ng kaniyang mga kababayan, bukod sa mga basal na buwaya, meron ding mga anitong buwaya, ingkantung buwaya, at aswang na buwaya at marahil isang laksa pang mga uri na naglipana sa uniberso ng mga reptilya. Sa mga Bisaya, halimbawa, may buwaya silang tinatawag na *balanghitao*. Na matatagpuan sa *Vocabulario* ni Marcos de Lisboa (1865) bilang uri ng buwayang makikita sa mga ilog na may malalakas na agos. Samantala, kay Felipe de la Encarnacion (1885), ang balanghitao ay "*especie de caiman muy maligno.*" Na bago idawit sa mga malignong alam ng mga mapamahiing Pilipino, mabuting liwanagin munang ang ibig lang sabihin dito ni Encarnacion ay buwayang nuknukan ng sama. Sa isang banda, hindi rin naman mali kung iuugnay ang naturang buwaya sa mga maligno ng ating madilim na kolektibong guniguni dahil kung ang salitang "barang" ay tumutukoy sa mga bruha at aswang, ang balanghitao ay maaaring isalin nang literal bilang "buwayang bruha" o "buwayang aswang" dahil ang aswang naman sa Kastila ay tinatawag na bruha at si Luklak, sa wakas, ay nabibilang sa ganitong uri.

Sa loob ng halos dalawang buwang nagdaan, ang pagbabago ni Luklak tungo sa pagiging balanghitao ang walang sawang hinintay ng mga lamanglupang naka-alitan ng dalagita dahil sa inihaw na igat. Nagkakatipon muli silang lahat sa eksaktong lugar kung saan naganap ang alitan para sa pinakaaasam na muling pagkikita. Naroon sila para hintayin ang pagdating ng kanilang isinumpa. Kay tagal din nilang inulit-ulit sa kanilang mga isip kung paano itong haharap muli sa kanila nang pahilahod, gumagapang sa lupa nang buong pagsisisi. Mangyayari ito ilang sandali na lang.

Katunayan, nakahanda na ang paningkaw. Pati ang lubid at yantok na gagamiting pamatok. Dahil naisip na nila kung anong magiging pakinabang ng buwaya. Balak nila itong gawing bantay ng ilog.

Na lubha nilang kailangan lalo na sa mga panahong darating. Nababagabag kasi ang mga ingkantu sa magiging dagsa ng mga taong magsisipagtayo ng mga bahay sa tabing-ilog. Tiyak na panghihimasukan at babaguhin ng mga ito ang buong kaligiran. Kaya ngayon pa lang maglalagay na sila roon ng panakot, na isa ring pananda ng hanggahan ng lugar ng mga tao at ng mga hindi tao.

Ngunit bago singkawan at lagyan ng pamatok na parang kalabaw na gagamitin sa araro o parang uwang na tatalian muna ng sinulid ang ulo bago muling paliparin, nais muna nilang maituro sa gagawing bantay kung sino ang tunay nitong amo. Nais muna nila itong paglaruan. Ang buwaya ang magiging sentro ng kanilang katuwaan sa gabing ito. Sapagkat may katotohanan sa matandang paniniwalang mahilig maglaro ang mga lamanglupa na dahilan kung bakit sa tuwing may tao silang pinahihirapan, ang sinasabi madalas ng mga albularyo ay napaglaruan o di kaya ay nakatuwaan.

Nang maging balanghitao, unang hinanap ng bagong aswang ang natural niyang tirahan. Kaya bagamat mahigpit na pinagbilinan ng kaniyang amang huwag na huwag aalis ng bahay, nilisan ng dalagita ang kanilang kubo nang gabing iyon upang magtungo sa ilog na hinahanap ng kaniyang mga kaliskis at palikpik na bagong tubo.

Kaya nang makauwi si Udoy nang gabi ring iyon buhat sa buong maghapong inuman ay hindi na niya naabutan pa ang anak. Hindi sila nagpang-abot. O baka naman nagpang-abot din pero hindi nakilala ni Udoy ang inakalang malaking trosong nakahambalang sa daan na anak pala niyang papunta sa sarili naman nitong lakad.

Kaya sa pagkakataong ito, sayang at hindi na mabubulaga pa si Udoy sa pinakabagong pagbabanyuhay ng anak. Walang habulan ng tagang mangyayari sa paligid ng lusong. Hindi rin si Udoy ang magiging gulat na gulat at nahihintatakutang tatay na magtataboy sa halimaw habang sinasabi ng halimaw, "Ako po si Luklak! Huhuhu. Itay! Ako po ang inyong anak!"

Kapalit ng ganitong maingay na tagpo, ang tahimik na iniwang lumang balat na pinaghunusan ng anak. Na siyang nadatnan ni Udoy. Na nakilala agad nito kung kanino dahil nakabakat pa rin dito ang pamilyar na hugis ng dalagita, o ang dating hugis ng dalagita.

Dali-daling lumabas muli ng bahay si Udoy para habulin kung ano man iyong nakawala mula sa sariling pamamahay sa pagbabakasakaling mahabol pa niya ito para mapigilan. Ngunit sumuko rin nang sa unang pagkakataon, bigla nitong napansin kung gaano katahimik ang buong paligid. Wala ang nakasanayang huni ng mga kuliglig at panggabing ibon.

AMIN KA NA SA SANDALING MASINGKAWAN KA NAMIN. Ito ang hinihintay sabihin ng mga lamanglupa sa buwayang sama-sama nilang inaantabayanan. Ito at marami pang mga balak para sa hinihintay nilang magiging bagong alagad. Isang maingay na paghihintay na kung sakaling may taong mapadaan sa dakong iyon, maririnig nito ang sabay-sabay na pinagsamang iyak ng mga musang at atungal ng mga palakang di mapakali. At kung isasalin sa wikang nauunawaan ng napadaan, ang sinasabi lang talaga nila'y "Narito na! Narito na! Parating na!"

Hanggang sa dumating na nga ang kanilang pinakahihintay. Unang nagparamdam ito sa kaluskos sa mga sanga at damong naliligalig at nagsisihapay sa kaniyang pagdaan. Walang pagmamadali. Hanggang sa iluwa ito ng sukal at ilantad ang may halos walong talampakang katawan na tila napapalitadahan ng mga kaliskis na marmol. Ang dalawang hilera ng mga palikpik nito na nagsisimula sa likod at nagtatagpo sa buntot upang maging iisang hanay na lang ay tila mga along nagsabato bagamat lumulundoy-lundoy sa paggalaw ng may-ari ng katawan. Nakahilera din sa maumbok nitong likod hanggang buntot ang mga tila tumpok-tumpok na maiitim na diamante. Sa loob ng bawat diamante, kumikislap sa sinag ng buwan ang matatalim na matang tila pumupuntirya ng kaaway. Habang nananatiling dagat na kalmada naman ang dalawang maiitim na mata nito sa ulo, walang pakialam sa kaniyang paligid.

Maliksing nagsipaglundagan buhat sa mga puno at matataas na batuhan ang mga lamanglupa para tambangan ang bagong dating. Ipinamalas ng mga maliliksi ang kanilang husay pagdating sa bayanihan. Lima agad ang dumagan sa buntot ng halimaw. May dalawang pumipigil sa bawat paa. May isang pumatong sa ulo para magsilbing piring sa mga mata. Tatlong may hawak ng lubid at sibat ang pumatong sa likod. Dalawa ang mahigpit na bumabraso sa panga, isa ang nasa ibabaw at isa naman ang nasa ilalim. Dalawang may tangan sa lubid at yantok ang nakaabang para sa pagsisingkaw. Bagamat lubhang malaki ang buwayang sinusuheto, lamang na lamang ang mga lamanglupa pagdating sa bilang kaya walang iniwan ang tagpong ito sa isa pang tagpo na halos ganito rin ang paksa ngunit ang nasasangkot naman ay isang naghihingalong tipaklong na pinapasan ng mga langgam papunta sa tiyak nitong kamatayan.

Marunong bang masindak ang isang buwaya? Kung nagimbal man kahit kaunti ang natiklong dambuhala, hindi iyon makikita sa kaniyang mukhang nananatiling bato sa kawalan ng kahit anong pagkasiphayo. Ni hindi man lang ito nagulat. Marahil dahil walang damdaming kahit ano na mababasa sa mukha ng isang buwaya maliban na lang sa napakapambihirang pagkakataon na makita itong lumuluha. Lumuluha rin ang mga buwaya kahit hindi bagay sa kanila. At tinutuya ng ganitong pagpapamalas ng makataong damdamin ang mismong diwa ng kalungkutan. At dahil dito, hinding-hindi mabibisto ang kahit anong tunay na sakit o hirap na maaaring dinadala sa loob. Kahit ang pananabik sa biktimang sasagpangin, lalaging nakakubli at protektado sa loob ng kanilang makapal na balat.

Ngunit dahil baguhan, hindi pa kabisado ni Luklak kung paanong magagamit bilang mabisang sandata ang balat na katad at ang lakas ng sariling buntot at panga. Ngunit dahil hindi rin naman siya madaling magpapadaig sa mga gustong bumihag sa kaniya kaya walang patumangga niyang iwinasiwas ang mga nakakapit na parang taliptip sa kaniyang buntot at likod. Nakipagpambuno siya sa mga pumipigil sa kaniyang mga paa at panga. Gamit ang sariling bigat, nagpagulong-gulong siya sa lupa hanggang marating ang ilog kung saan mas maliksi siyang nakakilos at kung saan din niya halos sabay-sabay na naitaob at naipatangay sa malakas na agos ang parang mga kutong nagbibigay-iritasyon at pasanin sa kaniyang bagong silang na katawan.

Ngunit dahil dito kaya lalo lang nanggigil ang mga lamanglupa sa kanilang ginagawa. Sinimulan na nilang subukin ang tigas ng kaliskis at katad na balat sa talim ng kanilang mga itak at sibat.

Nagsilapit sa buwaya ang mga pinakamalalakas sa bawat pangkat ng mga lamanglupa para subukin kung masusukol nila ito. Nagsimula na ring kumilos ang mga ingkantung kasintaas ng puno. Lumusong sa tubig upang paligiran ang buwaya. Subalit parang talahib lang ang mga itong hinawi ng buntot na natututo nang maging magilas sa paghagupit.

Para masukol ang buwaya sa pangalawang pagkakataon, isa sa kanila ang sumugod mula sa harap para magsilbing panlansi. Nang sasagpangin na ito ng buwaya, saka biglang nagsidaluhong ang mga kasama nitong nag-aabang lang sa gilid at likuran ng halimaw. At nang makakuha ng pagkakataon, itinuon ng mga ingkantung matagumpay na nakadakma sa ulo ng buwaya ang kanilang buong lakas sa pagbubukas sa bungangang marahil ay inaakala nilang lagusan pabalik sa dati nilang kaharian sa bundok Kanlaon.

Sa gitna ng rumaragasang agos, pinagtulungan nilang buksan ang bibig ng aswang habang sabay-sabay na isinisigaw ang "Bukse! Bukse! Bukse!"

Habang nasa ganoong posisyon, nais na rin nilang tanggalan ng mga ngipin ang nasukol na balanghitao sa pag-asang ito'y kanilang mapapaamo sa ganoong paraan. Bukod sa naunang balak na pagsisingkaw, may iba pa silang mga gustong gawin ngayon dito na sila at mga tulad lang nila ang puwedeng makaisip.

Gaya na lang halimbawa nitong isang tamawong nangahas pang dumukot sa dila ng buwaya. Gusto sigurong siyasatin ang kaloob-looban ng dambuhala hanggang sa maabot kung anuman iyong nasa pinakaloob nito. Pero nagulat na lang ang pangahas nang may kamay ding dumakma sa kaniya galing sa loob ng balanghitao. Hinila siya. Gusto siyang gawing bahagi ng malaking bituka.

Hindi bumibitaw ang nadaklot na tamawo. Mahigpit nitong itinutukod ang mga paa sa panga ng kaniyang kalaban. Bagamat isang elemental na walang dugo at lamang maaaring daigin ng kamatayan, may kung anong malaasidong nagbabaga sa loob ng buwaya na sumisingaw palabas at mabilis na humihigop sa dungan ng naipit na lamanglupa. Kaya natutunaw ang buhay nitong parang nababasang asin.

Mabilis itong dinamayan ng mga kasama. Nagtulong-tulong para hugutin siya mula sa panga ng halimaw.

Kaya nauwi sa hilahan ang kanilang pagbubuno sa gitna ng ilog. Dahil walang balak sumuko ang kahit sino mula sa magkabilang panig kaya maaring inabot sila ng pagsikat ng araw kung hindi dumating ang mga ibong haraywan.

Niligid sila ng mga ibong ito. Nagpakawala ng mga huning nakatutulig sa pandinig.

Alam ng mga ingkantu ang kanilang sadya. Kaya pinagbabato, pinagsisibat, at pinaghahabol nila ng itak ang mga ibon. Pinagmumura pa. Tinawag ang panga-pangalan ng bawat isa. Sapagkat kilala nila ang mga ito sa pangalan.

Ngunit sa halip na mabulabog, nagsidapo sa puno ang mga haraywan. Sabay-sabay na nagsiawit ng isang lumang dasal na ginagamit nilang pantaboy sa mga kalabang espiritu. Kung may kalaban mula sa mundo ng mga hindi tao, ganito ang paraan ng mga babaylan sa pagharap: isang sama-samang pagsalakay. Sapagkat sila'y isang lipunan kung saan ang kalaban ng isa ay kalaban ng lahat. Na ibang-iba sa kasalukuyang panahon. Ngayon (sapagkat may mga babaylan pang natitira hanggang sa panahon ngayon bagamat mangilan-ngilan na lang), ang laban ng isang babaylan sa espiritung lumulukob sa kaniyang ginagamot ay laban niyang mag-isa. Kaya mas mahina ang kaniyang loob humarap sa maligno. Sa tuwing nanggagamot ng mga karamdamang lamanglupa ang dahilan, ang makabagong babaylan ang kailangang makiusap sa mga ito kalakip ng mga alay na suhol sa mga espiritung ginalit. Hinding-hindi ito gagawin ng isang babaylan sa panahon ni Abyang Dalupihan. Maaari silang makipagtawaran sa mga diwata ngunit hinding-hindi sila maninikluhod sa mga lamanglupa. Hindi sila natatakot sa galit ng mga espiritung ito. Sa halip, ang mga espiritu ang dapat na matakot sa kanilang galit. Iyan ang alam nilang totoo. Dahil nang panahong iyon, malinaw sa lahat na ang mga babaylan ang tunay na kinatawan ng mga diwata sa tao, hayop, isda, kulisap, halaman, at sa mga ingkantu.

Batid ito ng mga lamanglupa. Batid din nilang ang mga diwata ang nagtaboy sa kanila sa dati nilang tirahan sa Bundok Kanlaon. Dahil dito, sila ngayon ang mga walang permanenteng tirahan. Kung saan-saan nila sinubok makitira. Sa itaas ng mga puno. Sa likod ng mga talon. Sa loob ng mga punso, yungib, at minsan, kahit sa loob ng kabibeng walang laman, lalo't kung wala na talagang mapagpipilian. Ngunit madalas, sa katawan ng mga tao. Sa katawan ng mga tao, lalo na iyong mga taong madaling madaig ang dungan. Dito nila pinakagustong tumira. Ngunit kapag masaya na sila sa katawang gusto nilang tirahan, at saka naman sila palalayasin ng mga babaylan.

Dumarating sila. Pinaaalis sila. Gano'n lang kasimple ang kanilang mga buhay. At sa tuwing pinalalayas sila sa pamamagitan ng kahit pinakasimpleng bulong at dasal, mga tuyong dahon lang silang winawalis at sinisilaban. At kapag ganitong sama-samang naglalakbay-diwa ang mga babaylan sa anyo ng mga ibong haraywan, alam din nilang sila madalas ang puntirya ng mga ito.

Batid ng mga lumanglupang imposible nang madakip pa ang balanghitao lalo't narito na ang mga kakampi nito. Kaya para maiwasan ang isang hindi kinakailangang sagupaan sa pagitan nila at ng mga haraywan, sila na ang umatras papunta sa kung saan-saang madidilim na sulok ng gubat.

Ngunit bago pa silang nakaalis lahat, apat na pala sa kanila ang nalunok ng buwaya: isang tamawo, isang murukpok, isang muwa, at isang bawa. Tumikim pala ito ng isa sa bawat isa sa kanila.

Magandang balikan itong mga salitang "lunok" at "lulon" upang lalong maunawaan ang kagaganap lang na pangyayari sa tagpong ito.

Magkasingkahulugan ngunit hindi parehong-pareho. Nilunok. Nilulon. Tila may nabikig sa dulong tunog ng salitang "lunok" kaya tila may kaunting humarang o bumara sa bagay na ipinasok sa lalamunan. Habang naging mas maginhawa naman ang kinasapitan sa dulo nitong bagay na ipinasok gamit ang paglulon. Kung ihahambing naman ang "lulon" sa katumbas nitong wikang Bisaya na "tulon," makikitang magkapareho ang kanilang tunog sa dulong pantig habang sa una naman nagkakaiba. Marahil, sa pagkakataong ito, hindi lalamunan ang sentro ng pag-uulat ng danas kundi ang mismong bagay na ipinapasok sa lalamunan. Mula sa bibig ng kumakain, tila mas naging malalim ang ibinagsak nitong bagay na nilamon, anupa't nakaabot agad ito sa kaloob-looban kaya mas tamang gamitin ang "tulon." Parang "talon." Siguradong-sigurado. Walang mintis sa pagpasok dahil pasok na pasok. Samantalang tila hindi naman ganoon kalalim ang pagkakasadsad na ipinahihiwatig ng "lulon." Ngayon, dahil sa laki at lalim ng loob ng buwayang puwedeng mapasok ng mga kinaing ingkantu kaya "tulon" ang mas tamang gamiting salita para ilarawan ang nangyari sa kanila. Malalim ngunit madulas ang pagkakalagos mula bibig hanggang lalamunan, at mula lalamunan hanggang sikmura patungong bituka. Ito'y kung tatanggaping madali ngang masikmura ang mga lamanglupang ito dahil sila'y mga nilalang na likha lang sa hangin at haraya. Ngunit dahil hindi nga ganito ang kaso—dahil posibleng maging balakid sa maginhawang paglamon ang dulo ng mga takong ng kanilang mga suot-suot na bota, kaya ang karanasan ay mas tamang tawaging paglunok kaysa paglulon.

Samantala, isang salitang mas sumasaklaw sa parehong hirap at ginhawa ng paglamong nangyari ang salitang "panagitlon" na galing naman sa wikang Kiniray-a. Hindi ba tamang-tama lang ang "panagitlon" dahil sa unang dalawang pantig, mararamdaman sa tunog ang kaunting hirap, ang saglit na pagkakaipit o pagkakabara na katumbas ng salitang Tagalog na "lunok" ngunit sa dulo ay may gantimpalang ginhawa na tulad naman ng sa salitang "lulon." Panagitlon. Angkop na angkop. Parang pinagsamang "lunok" at "lulon."

Ang upat nga ingkantung gipanagitlon sa buwaya. Intindidong-intindido. Itong apat ngayon ang puwedeng ituring na opisyal na unang hapunan ng aswang bilang isang ganap na aswang. Para sa huling sulyap sa naging huling hantungan nila, kumustahin natin ang kanilang lagay doon sa tiyan ng aswang, kung saan ipinagsama-sama na ni Luklak sa kaniyang sikmura ang mga dungan nila upang may makasama na ang dungan ng kapatid niyang matagal-tagal na ring nag-iisa sa loob ng kaniyang katawan:

Kumusta na kayo riyan?

Tulad pa rin po ng dati. Maligalig.

Nakita n'yo ba ang kapatid ko?

Hindi pa. Pero para ngang may nakasilid pa ritong isa bukod sa amin.

Kung tatanungin naman ang aswang kung nasarapan ba siya sa una niyang hapunan bilang aswang, sasabihin niyang parang kumakain ng puting sibuyas ang karanasan dahil habang ngumunguya sa makatas at malutong na laman ay nanunuot ang amoy ng mga ito sa kaniyang ilong. Maling ipalagay na ang paglamon sa mga espiritung gaya ng mga lamanglupa ay parang paglunok lang ng hangin. Lalo pa't ang mga lamanglupang ito'y nakasipsip na rin sa loob ng kanilang mga katawan ng taba at sustansya ng lupa sa tagal ng kanilang paninirahan sa mga uka, butas, at ilalim nito—itong mga ingkantung mababa nang kaunti sa mga anghel ngunit mataas ng kung ilang antas sa hamog ng madaling-araw. Kaya kahit walang dugo, tira-tirang buto, o mga warat-warat na lamang makikita na labí ng pagkakapaslang sa kanila, nagkalat naman sa paligid ng bibig ng buwaya ang dungis na tulad ng sariwang lumot. At pagsapit nila sa loob ng bituka, nagparamdam pa rin sila hanggang doon na parang mga bugok na itlog sa paglikha ng matitinding pag-aalboroto ng tiyan na idinidighay lang ng buwaya pag daka.

At bakit nga hindi? Sinasabi sa isang matandang alamat na itong mga ingkantu ay mga anak din nina Adan at Eba. Na itinago nila sa Diyos kung kaya isinumpang maging mga nilalang na habambuhay nang nakatago. At bakit sila itinago ng kanilang mga gagong magulang? Ganito kasi ang nangyari: Nang likhain ng Diyos ang unang lalaki at babae sa mundo, hindi totoo na sinabi sa kanilang "Humayo kayo at magpakarami." Mali. Sa halip, nasa isip na noon pa man ng Diyos ang pagpaplano ng pamilya. Kaya ang utos talaga'y magsupling lang ng hanggang tatlo at ang tatlong ito'y dalhin sa Kaniya upang mabinyagan. Pero dahil natural na paraan lang ng pagpigil sa dami ng anak ang pinahintulutan ng Rey Senyor, kaya humigit pa sa tatlo ang naging supling ni Eba bukod pa sa talagang mahirap supilin ang libog ng unang mag-asawa. Sa araw ng binyag ng mga batang ito, ang unang tatlong anak lang ang dinala ng mag-asawa sa harap ng Diyos samantalang itinago ang iba sa masukal na kakahuyan. Nang tanungin sila ng Rey Senyor kung nasaan ang iba pang mga batang bibinyagan, nagsinungaling ang dalawa sa pagsasabing tatlo lang talaga ang kanilang naging anak. Nagalit ang Ama sa kanila at sinabing "Sampu at hindi lang tatlo ang inyong anak. Kung dinala ninyo ang sampu ay bibinyagan Ko silang lahat. Ngunit itong tatlo lang na inyong ipinakita ang aking bibinyagan at kikilalanin. Ang iba na inyong itinago sa Akin ay mananatili nang nakatago. Mananatili silang kasa-kasama ninyo sa inyong daigdig ngunit hindi ninyo makikita habang malaya naman nila kayong nakikita."

Natupad ang binigkas ng Panginoon at ang mga bata ngang itinago nina Adan at Eba sa gubat ang naging mga unang ingkantu.

NANG MABATID NG ALIMOKON ang ginawang paglamon ng buwaya sa apat na ingkantu ay pinangaralan niya ito mula sa matayog na puno ng kalumpang. Sinabihang may mga atas sa kaasalan ng pagiging aswang na dapat nitong matutuhan. At kasama sa atas na ito ang mga dapat at hindi dapat kainin. Isa na sa mga hindi dapat kainin ang mga lamanglupa.

Ngunit saan naman nagmula ang ganitong batas para sa mga aswang kung wala pa namang sariling lipunan ang mga aswang sa panahong ito? Dahil iilan pa lang ang mga aswang sa mundo sa panahong ito at di pa nakasisiguro ang ilan dito kung tunay nga silang aswang. Baka inimbento na lang ito ni Abyang Dalupihan kung paanong imbento lang din ang sinasabing Batas ni Kalantiao.

Habang pinakikinggan ang wika ng alimokon, namimigat ang mga talukap sa mata ng balanghitao kahit nanlilisik pa rin ang mga matang diamante sa kaniyang likuran. Iniisip niyang walang masama sa kaniyang ginawang pagtikim sa apat na lamanglupa dahil sa ganoon lang siya makapagpapasya kung ang isang bagay ay gagawin pa rin niya sa hinaharap o iiwasan na. Bukod pa rito, wala siyang pakialam sa mga atas ng tamang asal na sinasabi ng alimokon.

Kaya minabuti niyang lumubog na lang sa tubig para doon manahimik at hindi na muna magpakita kahit kanino.

Sa panig naman ng alimokon, na walang dili't iba kundi si Abyang Dalupihan, batid niyang hindi madali itong kaniyang gustong gawing pagpapaamo sa buwaya, na ang layon sa dulo ay mapasunod niya hanggang sa magamit bilang sandata. Dahil para magawa ito, kailangan muna niya itong mapaayon na ang mga Kastila, kasama ng mga Bisayang kakampi ng mga Kastila, pati na ang mga piratang Moro na banta sa kanilang karagatan, ang tunay na kalaban ng kanilang lahi. Ngunit upang maipaunawa ito sa buwaya, kailangan muna niyang maarok ang diwa nito.

Na hindi naging madali dahil naramdaman niyang ang dungang sumakop dito ay dungan ng isang nabuhay noon pang sinaunang panahon na ang mga pulo'y pinagdurugtong pa ng mga lupang nagsisilbing tulay ng mga tao.

Nang subukin naman niyang kausapin ang dungang ito, hindi tinig ng tao na gumagamit ng wika ng tao ang kaniyang narinig kundi ng isang sigwa mula sa malayong karagatan. Umaalimpuyo ang sigwang ito. Maaari bang kausapin ang sigwa? Maaari ba itong amukin? Paano niyang aaralin ang wika nito? Saan siya magsisimula sa kaniyang pag-aaral?

Kaya kung kakausapin man niya ito simula ngayon, batid ni Abyang Dalupihan na makakausap lang niya ito sa pinakamababaw na antas ng pakikipag-usap. Sa antas na ang pagkakaunawaan ay laging isang maling akala. Sa antas kung saan ang nag-iisang panuntunan ng pag-uusap ay huwag paniwalaan ang sinasabi ng isa't isa. Huwag magtiwala. Walang tunay na ibinibigay kaya wala ring tunay na tinatanggap. Batid ng babaylang sa ganito lang sila magkakaintindihan ng aswang na nais niyang bantayan simula ngayon.

Kaya nang makita niyang naglalaho na ito sa gitna ng ilog, agad niya itong tinawag na parang nagsasagip ng isang malapit nang malunod.

Tila bigla namang nagising sa pagkakaidlip ang aswang sa lakas ng huni ng ibon. Nais sana nitong lumubog at magpatianod sa malakas na agos. Ngunit—

"Luklak!" tawag sa kaniya ng alimokon bago pa niya iyon nagawa. Nagulat pa ang buwaya dahil alam ng ibon ang kaniyang tunay na pangalan.

"Luklak, makinig ka. Kung dadapo ako sa tuktok ng punong ito, matatanaw ko mula roon kung sino ang papatay sa iyo. Kung dadapo naman ako sa tuktok ng punong apitong na nakikita mong mas mataas pa sa punong ito, matatanaw ko mula roon kung kailan at saan ka mamamatay. At kung dadapo naman ako sa tuktok ng dau na nakikita mong mas mataas nang di hamak sa apitong, matatanaw ko mula roon kung bakit ka kailangang mamatay at kung anong naging saysay ng iyong buong buhay. Ngunit lampas sa tuktok ng punong dau, nakalilipad ako hanggang sa tahanan ng mga diwata sa langit at nakadadapo ako sa sanga ng pinakamataas na punong naroon. At mula roon, tanaw ko ang hanggahan ng langit at lupa, pati ng nakaraan, kasalukuyan, at hinaharap. Kaya isipin mo ang mga bagay na maaari kong sabihin sa iyo kung makikinig kang mabuti sa akin."

Ngunit hindi na talaga kailangang isa-isahin pa ng ibong haraywan ang lahat ng ito. Nakuha na kasi ng ibong alimokon ang buong atensyon ng kinakausap sa pagtawag pa lang sa pangalan nito. Dahil inakala ng dalagitang wala nang tatawag sa kaniya sa pangalang iyon dahil inakala niyang nawala na ito sa kaniya simula nang siya'y maging isang buwaya.

"Ngayon, makinig ka. Hindi ka na kakain uli ng lamanglupa. Hindi ka rin puwedeng kumain ng kapwa mo aswang. Bawal na bawal. Maaari kang kumain ng buhay na isda, manok, bayawak, at iba pang maliliit na hayop. Maaari ka ring kumain ng bungang kahoy at halaman ngunit manghihina ka nang husto kung ang mga ito lang ang kakainin mo. Kailangan mong kumain ng lamangloob ng tao para manatili kang malusog ngunit hindi pa muna ngayon dahil mahinang-mahina pa ang iyong panunaw.

(Kaya mabuti na lang din pala na mga lamanglupa ang una mong binanatan dahil hindi sila gaanong mabigat sa tiyan). Maaari ka uling magsimula sa isda, manok, at bayawak, ngunit para sa maselan mo ngayong lagay, atay ng unggoy ang pinakamainam."

"At bakit ko kailangang makinig sa iyo? Ikaw na isa lang gapurit na ibon na parang langaw sa ibabaw ng kalabaw sa pagkakaroon ng malaking pagtingin sa sarili?" Bagamat hindi na boses ni Luklak itong nagsasalita, kalabisan naman kung sasabihing nahalinhan na ito ng boses ng lamangdagat niyang kapatid. Dahil wala na talagang makakaalam pa, o makaririnig pa, sa tunay na boses ng yumaong igat. Ngunit sa boses na nagmumula ngayon sa buwaya, ang maaaring paglalarawan ay ganito: paano kung pagsamahin sa iisang tunog ang huni ng buhawi at ubo ng matandang inaatake ng hika sa gitna ng gabi. Parang ganyan. Bukod pa sa nagbabagong tinig, nagbabago rin ang punto at paraan ng pagsasalita, pati ang pagpili ng mga salita. Maraming beses nang nakasaksi ng ganitong pagpapalit-katauhan ng tinig si Abyang Dalupihan para magtaka, itong mga sinasabing kaso ng mga nilulukuban ng ibang espiritu o dungan na sumasakop sa katawan ng ibang dungan.

Ngunit kung hindi na si Luklak ang tinig na ito, at kung sakaling hindi rin ang yumao nitong kapatid, ay sino kaya itong nagsasalita ngayon buhat sa katawan ng buwaya? Ang sagot: lahat at wala. Dahil kapwa sina Luklak at Baranagon itong nagsasalita. Ngunit kapwa rin hindi na sila ang nagsasalita. Hindi na sila kundi tinig na ng paglukob. Hindi ng nilulukuban o ng lumulukob kundi ng mismong paglukob dahil may sarili itong tinig na naririnig sa lahat ng kaso ng paglukob. Kaya ang mas tamang tanong ay hindi sino o kaninong tinig kundi kung anong tinig itong naririnig ngayon buhat sa buwaya.

"Hindi mo ba gustong malaman ang iyong palad? Ang iyong pakay na dapat gampanan sa mundo?" tanong ng alimokon sa nagmamatigas na aswang.

"Paano kung ayokong magkaroon ng pakay sa mundo?"

"Walang makakaalala sa iyo kapag nagkagayon."

"Mas gusto kong maglaho nang walang iniiwang kahit anong bakas."

"Hindi mo ba gustong kumain?"

"May sinasabi ka kanina tungkol sa atay ng unggoy."

HINDI NA NIYA KAILANGANG TUMINGIN SA MALAYO para mahanap ang unggoy na gagawing hapunan. Heto at may isang dumating na parang hulog ng langit. Na di lang basta unggoy dahil kaiba sa lahat ng unggoy, may suot itong pulang salawal. Nagpapanggap sigurong marangal. Puwede ring sabihing nagpapanggap na kilabot. Dahil may kumakalat na balita tungkol sa isang unggoy na nakasalawal na madalas mangharang ng mga lalaking ginagabi sa daan para manghamon ng bunuan. Namimilit daw itong makipagpustahan. Kung matatalo siya, ibibigay niya ang pinakamahabang hibla ng kaniyang balahibo at mauutusan siya ng kahit sinong may hawak sa balahibong iyon. Pero kung siya ang mananalo, hihingin naman niya bilang premyo ang anak na dalaga ng kaniyang tinalo. Kaya panay mga amang may mga anak na dalagang puwedeng ipusta ang hinaharang niya at ganito ang pustahang lagi niyang gustong pasukin dahil itong mga anak na dalaga ang totoo niyang puntirya. Wala nga lang nakakaalam kung anong ginagawa ng unggoy sa mga dalagang napapanalunan. Ang hinala ng marami, aswang ang nababalitaang unggoy. Unglo naman ang sapantaha ng iba, ngunit mga bata lang ang dinudukot ng unglo. Kaya mas aswang ito kaysa unglo. Na isa lamang hinala na mananatiling hinala dahil alang-alang sa ating pangunahing tauhan, hindi puwedeng maging aswang ang lahat ng kakaiba sa kuwentong ito.

Bukod sa pulang salawal, may suot din itong itim na salakot na may matulis na taluktok na kulay ginto. Malamang na ninakaw sa kung sinong Kastila o mestisong maginoo. Ngunit kahit magsuot pa ito ng dagdag na rekotitos sa katawan, nakikilala pa rin ni Luklak ang unggoy na ito at natatandaan pa rin niya kung kailan niya huling nakasalamuha. Sa wakas. Nagkrus din uli ang ating landas, sa isip-isip pa niya.

"Nagmamadali ka 'ata, kaibigan," bati ng buwaya sa humahangos na bagong dating.

Nagulat pa ang unggoy na may pagkalaki-laking buwayang kumakausap sa kaniya. Hindi niya alam kung dapat ba siyang matakot sa isang buwayang marunong magpasintabi. Hanggang ang pag-aalangan ay nahalinhan agad ng pag-uusisa. Na nauwi sa pagkilatis. Kinilatis niyang maigi kung anong klaseng buwaya itong kaharap niya. Sinukat ng kaniyang mata ang haba nito mula nguso hanggang likod at mula likod hanggang dulo ng buntot. Sinuri ang haba at talas ng mga nangingitim na kuko. Pati ang namumutla pa nitong kulay sa liwanang ng buwan na parang kalalabas lang sa itlog na bagong pisa.

Matapos kilatisin ang kaharap, ngumiti ang unggoy at bahagyang niyukuran ang buwaya.

"Ginoo," tawag nito sa buwaya. Tinawag niya itong ginoo dahil sa kaniyang naging pagkilatis, isang lalaking buwaya itong kaniyang kaharap. Totoong mahirap malaman ang tunay na kasarian ng mga buwaya dahil nakatago sa loob ng kanilang katawan ang kanilang ari. Ngunit dahil sa hindi pangkaraniwang laki ng buwayang kaharap at dahil sa lapad ng nguso nito, natanto niyang walang dudang isa itong lalaki. Sanay na siyang kumilatis ng mga buwaya dahil sa tagal na rin niyang pakikitungo sa mga ito.

"Tinawag ko kayong ginoo sapagkat sa aking pakiwari, nahaharap ako ngayon sa isang kapita-pitagang nilalang na tigib ng karunungang pinanday ng panahon at karanasan . . ."

Hindi na itinama pa ni Luklak ang unggoy. Totoong hindi siya isang ginoo kung tumutukoy ang pagiging ginoo sa isang maharlikang uri ng mga datu na gaya ng kaniyang among si Sinilandang Bulan. Hindi rin siya isang ginoo kung isa itong katawagang nakatalaga para lang sa mga kalalakihan. Ngunit bilang isang nilalang na bago pa lang sa kaniyang katawang buwaya, paano niya malalaman kung anong kasarian naman ang idinulot sa kaniya nitong mahimala niyang pagbabago? Kung sa ari lang puwedeng matukoy ang kasarian, hindi pa nakikita ni Luklak ang bago niyang ari at bilang buwaya, imposible para sa kaniya ang makita ito para sa kaniyang sariling pag-iinspeksyon. Malalaman lang niya kung sa lalaki o babae ang nagkukubling ari sa sandaling gamitin niya ito sa ibang buwaya. Ngunit habang hindi pa niya ito nasusubok sa iba, mananatiling isang bukas na bagay ang kaniyang kasarian. At pansamantala, sa alaala ng kaniyang yumaong kapatid, minabuti niyang manatili muna bilang lalaki.

"Hayaan ninyo akong magpakilala. G. Baluyot, ang inyong lingkod, ang kinikilalang Hari ng Composo sa gawing ito ng ating kapuluan," sandali nitong ibinaba ang suot na salakot at bahagyang yumukod sa kausap. "At kayo, ginoo? Maaari ko bang malaman ang inyong matimyas na pangalan?"

"Baranagon ang tawag sa akin. Iyan ang tawag sa akin sa gawing ito ng ilog na aking binabantayan."

"At kailan pa nagkaroon ng bantay ang ilog na ito?"

"Ngayon."

"A! Magaling! Magaling! At kayo ang bantay ng ilog. Mahusay! Mahusay! Sinasabing may dahilan ang lahat ng mga pagkikita," pagpapatuloy ng unggoy sa kaniyang sinimulang talumpati, "at nalalaman ko ring may dahilan itong ating pagtatagpo. Dahil nababanaag kong may bukang-liwayway akong maaasahan sa inyong matalinong pagtanaw sa mga bagay-bagay at nasa inyong mga kamay ang sagot sa aking binabalikat na suliranin."

"Anong pasanin itong nagpapabigat sa inyong mga balikat?"

"Mainam nang huwag na natin itong pag-usapan dahil kay ganda na nitong ating pagsasalubong sa dakong ito. Isa pa, hindi ko rin nais makaabala sa inyong pananahimik."

"Bakit hindi ninyo buksan ang inyong sarili at subuking sabihin ngayon sa akin kung anuman itong nagpapabigat sa inyong loob? Walang bagay tayong hindi malulutas kung magtatapat tayo sa isa't isa."

"A, ginoo," buntonghininga ng unggoy. "Ang buhay yata ay sadyang ganito. Gumawi ako kanina sa bayan para ganapin ang ilang mahalagang tungkulin nang makita ako ng kabesa na matagal nang naghahanap sa akin. Matagal ko nang iniiwasan ang kabesa sapagkat ipinagduduldulan niya sa akin ang kaniyang binukot na anak. Matagal na ako sa kanilang tumatanggi subalit talagang mapilit ang kabesa. Katunayan, kasa-kasama na niya ang kaniyang mga tauhan upang dakpin ako at nang sapilitang maipakasal sa kaniyang unica hija. Mabuti na lang at agad kong natunugan ang kanilang balak kaya mabilis din akong nakatakas. Kaya ako humahangos na nakarating sa panig na ito ng ilog. Kung mararating ko lang ang wawa ng ilog at mula roon makatawid ako patungong bakawan, magiging ligtas ako mula sa mga humahabol sa akin at sa kanilang lahat na nagtatangka sa aking kinabukasan. Ngunit sa kasawiang palad, lubhang mataas ang ilog ngayon at walang bangkang maaaring magpasakay patungo sa aking pupuntahan. Kayo na lang ginoo ang natitira kong pag-asa para makatawid at makauwi."

"Ngunit paanong makakatulong ang isang abang buwayang tulad ko sa isang maringal na unggoy na tulad ninyo?"

"Hayaan ninyo akong sumakay sa inyong mahal na likod at mula rito, mangyaring ihatid n'yo ako hanggang sa may bakawan para marating ko nang ligtas at payapa ang aking punong tirahan."

"Totoong naghahatid ako ng mga kaluluwang nais tumawid ng ilog. Ngunit sa kasamaang palad, hindi po libre ang aking paglilingkod. Lalo pa't hindi maganda ang panahon tulad ng inyong nakikita at lubhang mapanganib tawirin ngayon itong ilog kaya walang ibang bangkerong maglalakas-loob na magparoo't parito. Kailangan kong maningil ng kahit kaunting pasahe, iyon ay kung nais talaga ninyong makaalis."

"Magkano po ba ginoo ang inyong pasahe?"

"Huwag kayong mag-alala. Hindi naman ako mataas maningil. Hihingin ko lang na ibayad ninyo sa akin ang inyong sobrang atay na naitatabi ninyo sa inyong katawan."

"Ahahaha! Aha-aha-aha," asiwang tawa ng unggoy nang mapansin nitong hindi tumatawa ang buwaya. "Kayo pala'y mahilig magpatawa."

"Hindi po ako nagpapatawa."

"Pero bakit po atay? Wala akong sobrang atay dahil iisa lang ang aking atay sa simula't simula! Maaari ko naman kayong bayaran na lang ng pilak o bulawan."

"Wala akong pangangailangan sa kahit anong pilak o bulawan. Para lang na inyong malaman, G.Baluyot, dinapuan ng matinding karamdaman ang aking ate. Isang hindi pangkaraniwang karamdaman dahil bigay ito sa kaniya ng mga ginalit niyang lamanglupa. Sumangguni ang aming ama sa isang siruhano at atay ng isang unggoy ang hinatol nitong panglunas. Mamamatay ang kapatid ko kapag hindi siya nakakain ng atay ng unggoy. Kaya kailangang-kailangan namin ngayon ng atay ng unggoy pandugtong ng kaniyang buhay. Masyado pang bata itong kapatid ko para mamatay."

"Siyanga? Ilang taon na ba?"

"Labinglima."

"Aba, batang-bata pa nga. Nauunawaan ko na," tugon ng unggoy. "Maging ako'y bilib sa inihatol ng siruhano. Maganda ba?"

"Sino?"

"'Yang kapatid mo."

"Sa kasawiang palad, malayong-malayo sa aming itsura. Madalas ngang mapagkamalang hindi namin kaanak. Ngunit masipag. Hinding-hindi ka magugutom kung siya ang magiging kasandig mo sa buhay."

"Kung ipagkakaloob ko ba ang aking atay para maisalba ang kapatid mong nag-aagaw buhay, mapapayagan mo ba akong umakyat ng ligaw sa inyong tahanan sa sandaling gumaling ito?"

"Laging bukas ang aming pinto sa inyo at sa inyong mga magulang kailan man ninyo naising magsagawa ng higara sa pagitan ng ating mga angkan."

"Kung gayon, pumapayag na ako sa gusto mo. Ang aking atay kapalit ng isang sakay patungo sa kabilang pampang. Iyon nga lang, may natitira pa tayong isang maliit na problema."

"Ano iyon, kaibigan? Magsabi ka't wala tayong hindi malulutas. Ang pakiramdam ko nga'y dati na talaga tayong magkakilala."

"Maliit na bagay lang naman gaya ng nasabi ko na. Itong mga huling araw kasi, napansin kong ako'y nagiging malilimutin na. Marahil dahil laging abala ang aking isip sa napakaraming tungkulin sa bayan, idagdag pa ang malaking suliranin ko sa kabesa. Dahil diyan nalimutan kong dalhin ngayong araw ang aking atay. Naiwan kong nakasabit sa tuktok ng punong aking inuuwian. Kung maihahatid mo lang ako hanggang kabilang pampang, hayaan mo akong sandaling makaakyat sa aking punong tirahan at agad-agad din akong bababa uli para iabot sa iyo ang atay na kabayaran ng aking pagsakay. Pero iyon ay kung pinagtitiwalaan mo ako. Pero kung hindi naman, mukhang wala na akong magagawa kundi ang magpadakip na lang sa mga humahabol sa akin na paparito na marahil ilang sandali na lang."

"Naku, iyon lamang ba? Akala ko naman kung ano na." Dito sandaling sumingit ng tawa ang buwaya: isang nakapaninindig-balahibo ngunit nagpipilit maging kaaya-ayang tawa mula sa loob ng kaniyang maganit na katawan ngunit mas parang nagmumula sa ilalim ng lupa. At habang tumatawa nang ganito, hindi naman natitinag ang kabuuan ng mukha ng halimaw sa kawalan ng kahit anong buhay at damdamin. "Kagaya nga ng nasabi ko, may pakiramdam akong dati na talaga tayong magkakilala. Maaliwalas at kaaya-aya ang larawang nababanaag ko sa inyong mukha. Natitiyak ko ring mataas ang uri ng inyong atay kaya mabuti ito para sa kalusugan ng aking kapatid. Kaya huwag na kayong magpatumpik-tumpik pa. Sumakay na kayo rito sa likod ko at pagdating natin sa may bakawan ay hihintayin ko kayo hanggang sa makapanaog kayo uli mula sa inyong bahay para maiabot sa akin ang inyong bayad."

Nang ialok ng buwaya ang kaniyang buntot para gawing tulay papunta sa kaniyang likod, hindi na nga nag-atubili ang unggoy na halos sumabog sa naramdamang labis na tuwa at utang na loob, hindi sa buwayang nagpapakita ng kagandahang loob, kundi sa kapalarang kung minsa'y tinatawag ding swerte.

Mabilis na pumuwesto ang unggoy sa likod ng dambuhala. May tatlong magkakadikit na tila parihabang kahon ang likod ng mga buwaya na tinatawag na latok-latokan na ang ibig sabihin ay dulang. Makikita ito sa gawing batok ng buwaya. Maitatanong kung may batok ba ang mga buwaya. Maitatanong din kung meron ba silang leeg. Kung anuman ang puwedeng itawag sa tatlong tila magkakarugtong na mesitang bumubuo ng parihabang kahon na tila kabaong, na nagdurugtong sa ulo at pinakakatawan ng buwaya, kaya baka puwede na ngang tawaging batok—iyon ang latok-latokan. Kaya kahit saan magpunta ang mga buwaya, tila lagi silang may inihahatid na kabaong, na nagpapatibay sa paniniwalang sila ang tagahatid ng mga patay patungong kabilangbuhay.

Dito ngayon sa latok-latokang ito panatag na nangunyapit ang unggoy sa buong panahon ng kanilang pagtawid sa maligalig na ilog. Pagsapit sa kalagitnaan ng rumaragasang agos, huminto ang buwaya. Agad sinilaban ng masasamang pangitain

Anong sarap siguro kung mapupuksa mong isa-isa ang iyong mga kalaban na pasakit sa iyong buhay. Katulad ng mga sundalo at tulisan na parehong walang ginawa sa aming banwa kundi manakot at mangulimbat. Katulad din ng mga among na laging ipinamumukha sa amin na sila lang ang tunay na tao samantalang kami'y mga kalahating tao at kalahating hayop kaya ang pagiging mga tao namin ay laging kulang. Anong sarap siguro kung bago mo silang lahat mapatay, magagawa mo muna silang lamirain na parang mga bulok na kamatis at sasabog ang kanilang buhay na parang pulang katas, buto, at laman. Katulad nitong pulgas na nakasampa sa akin. Gusto kong tirisin.

ang pasaherong sakay. Sinabayan pa ng malamig na hampas ng hangin ang matinding takot para sa sariling buhay. Heto na marahil ang oras ng katotohanan na oras na rin ng kaniyang katapusan. Biglang namuti ang kaniyang kaninang masiyahing mukha. Tila nawalan ng dugo. Alam niyang wala na siya ritong kawala kung sakaling magpasya bigla ang buwayang dito na kunin ang hinihinging atay.

"G. Baluyot, mukha kayong pinaupong bangkay," bibiruin sana ng buwaya ang kaniyang sakay pero pinili na lang na huwag itong sabihin sa pag-aalalang baka lalong mahintatakutan ang unggoy na tuluyan na ngang pinanawan ng kulay lalo na nang huminto siya sandali para umiwas sa matalas na batong nakaharang sa kanilang dinaraanan.

"G. Baluyot," simula ng buwaya sa halip, upang may mapag-usapan lang sila ng kaniyang pasahero habang tinatawid ang malalim na ilog. "Maaari ko bang itanong sa inyo kung ano ang ibig sabihin ng composo?"

"Ha? Anong composo?" balik na tanong ng unggoy na parang nagising bigla buhat sa pagkakamalikmata.

"Sinabi ninyo kasi kaninang hari kayo ng composo. Ngayon ko lang narinig ang tungkol diyan. Kaya ako nagtatanong sa inyo kung ano ang ibig sabihin ng composo."

Sa matatandang babad sa yaman ng tradisyon at kultura, ang ganitong pagtatanong ng isang kabataan ay laging kinukuhang pagkakataon para makapagpamulat at makapagturo sa tunay na henyo ng mga sinaunang anyo ng pagtula at pag-awit gaya ng masasaksihan sa composo. Ngunit dala marahil ng matinding kaba at pananabik na matawid ang ilog, nalingat sandali ang unggoy sa ipina-kikita nitong kagandahang asal at nadulas sa totoo nitong kulay.

“Anong composo ang pinagsasabi mo diyan? Wala akong alam tungkol diyan. Bakit ako ang tatanungin mo? Tumahimik ka na nga lang at pakibilisan mo ang paglangoy dahil kanina pa ako rito basang-basa at nilalamig!”

Kaya sa buong panahong iyon ng kanilang pagtawid, wala nang namagitan sa dalawa kundi ang kanilang katahimikan at ang ingay ng rumaragasang agos.

Ipinikit na lang ng unggoy ang kaniyang mga mata. At pagdilat niya, himalang naroon na sila. Wala pang sampung minuto nang makarating sila sa bakawan, ligtas at payapa.

Mula sa batok ng buwaya, ilang lundag lang ang kinailangang gawin ng unggoy para makalapag muli sa panatag na sanga ng mga punong pagatpat. Para itong nabigyan ng ikalawang buhay nang marating ang malagong bahagi ng bakawan.

Mabilis nitong inakyat ang punong tirahan, na walang iba kundi ang pinakamataas na puno sa dakong iyon.

Samantala, naiwang nakatanaw ang buwaya mula sa pampang. Sinusundan ng tingin ang pag-akyat ng unggoy hanggang sa tuktok ng puno. Doon, wala itong nakitang atay na nakasabit, gaya ng pangako sa kaniya. Sapagkat sa halip na atay, ang winawagayway doon ng hangin na parang watawat ng digma ay isang saya. Na kilalang-kilala ni Luklak dahil saya iyon ng nanay niya. Muling narinig ng buwaya ang nang-uuyam na halakhak ng unggoy.

Walang patid ito sa paghalakhak. Tuwang-tuwa sa kaniyang kapusungan. Dahil nakahinga na nang maluwag kaya libre na nitong tuyain sa wakas ang buwayang naghihintay pa rin sa wala. Gusto niya itong iwanan ng isang malutong na aral gaya halimbawa ng “Walang puwedeng tumalo sa tunay na unggoy pagdating sa larong ungguy-ungguyan.” Iniisip niya kung mas mabuti ba ito kaysa kung sigawan na lang niya ito ng "Sino ngayon ang unggoy?"

Habang nasa pagitan ng ganitong masayang pag-aalangan, biglang nasok sa kaniyang malay ang kirot sa tagiliran na hindi niya agad napansin dahil sa sobrang pananabik na makauwi agad sa kaniyang puno. Pero ngayong kalmado na ang isip niya at loob, naaninag niya sa liwanag ng buwan ang makinang-kinang pang daan ng dugo sa balat ng puno at kung bakit bigla niyang narinig ang sabay-sabay na pagtangis ng mga bayawak sa paligid.

At nang idako niya ang kaniyang paningin sa bahagi ng katawan kung saan nagmumula ang nanghihimasok na kirot, nakita niya sa wakas ang uka sa bahagi kung saan dating naroon ang atay. Buhat doon, batid na niyang bibilang na lang siya ng ilang segundo bago tuluyang malagutan ng hininga. Marahil kanina pa siya dapat nagsimula sa pagbilang. Pero kailan kaya iyon dapat nagsimula? Kanina pa ba ito nawawala habang nasa kalagitnaan sila ng ilog? Pero paano iyon nangyari nang di man lang niya namamalayan? Nadukutan. Iyon lang ang tamang tawag sa nangyari sa kaniya.

Hindi naman panay kasinungalingan ang ikinuwento niya sa buwaya. Totoong hinahabol siya ng kabesa at ng mga tauhan nito. At nang makarating na nga sa dakong iyon ang mga humahabol, nakita ng mga ito ang bangkay ng isang unggoy na nakasabit sa puno. Dahil sa pulang salawal na suot nito, nakilala nilang ito nga ang magnanakaw ng mga alagang manok, bibe, pabo, at kalapati ng kabesa na may kung ilang linggo na rin nilang pinaghahanap.

Napansin din ng mga ito ang napakakapal na kawan ng mga uwak na nagkakagulo sa puno kung saan nakasabit ang bangkay ng unggoy. Namangha sila, at nabagabag din nang kaunti, sa dami ng uwak na gustong magpista sa nag-iisang katawan ng namatay.

Ngunit iba sa kanilang pag-unawa sa kaguluhang ito ng mga uwak, hindi ito pista ng mga gutom na ibon kundi isang pakikiramay at pagpupugay ng mga kapwa pusong sa pinagdaanang buhay ng kanilang hari. Dahil hindi man totoong Hari ng Composo, si G. Baluyot ay hari pa rin namang maituturing ngunit pusakal na Hari ng mga Magnanakaw.

Samantala, nakalayo na sa dakong iyon ang buwaya kasama ng kaniyang gabay. Habang naglalakad ito patungo sa susunod na hapunan, palipad-lipad sa kaniyang ulunan ang alimokon na tuwang-tuwa sa unang huli ng kaniyang bagong ampon.

"Una mo itong katay, kung hindi ibibilang ang pagkakadaluhong mo sa apat na lamanglupa na nangyari nang halos hindi sinasadya," masayang pagbibilang ng ibon. At dahil siya ang nagturo sa aswang sa masarap na unang dapat nitong tikman, nanghingi siya ng kaniyang parte sa atay ng pinaslang na pusong. Hindi pa kasi ito inuubos ng aswang dahil ang payo sa kaniya'y dapat kainin ito nang hinay-hinay nang hindi mabigla sa lakas ng laman nitong dungan. Nakasabit ang tirang atay sa isa sa mga ulos na nakaumbok sa kaniyang likuran.

"Kung sakali namang mabitin ka at gusto mo ng isa pa, may isa pang unggoy na tulad din nitong isang ito na nagtatago naman sa loob ng gubat. Mataas din ang kalidad ng atay ng isang 'yon kung di man mas mataas," panukala sa kaniya ng ibon.

"Aling unggoy naman ito?" tanong ng buwaya.

"Ito 'yong unggoy na itim naman ang suot na salawal."

Sandaling nanahimik ang buwaya. Nag-isip-isip. Tinatantiya ang sarili kung kakayanin ang isa pang madugong pakikipagsapalaran. Nang muli itong magsalita: "Mukha ngang magkukulang ang isang ito sa atin kung makikihati ka pa," tugon ng buwaya dahil totoong nasarapan siya sa lasa ng nginangalot na lamangloob at alam niyang hahanap-hanapin niya ang linamnam nito simula ngayon. Ito ang dahilan bakit mauubos ang lahi ng mga unggoy na nakasalawal sa mga isla ng Panay. Malalaman lang natin sa kasalukuyan na may mga ganitong uri ng unggoy na nabuhay noon dahil may ilan pang ganitong namamataan, bagamat napakabihira, sa mga lugar na parte na ng Palawan.

Humuni nang sunod-sunod ang alimokon na kung isasalin sa wika ng mga tao, ang sinasabi'y "Padayon! Padayon!"

At nagpatuloy nga ang dalawa sa dilim na lalong lumalalim.

Magkasama na kaming palagi ni Baranagon. May mga sandaling nasa loob niya ako at may mga sandali namang nasa loob ko siya. May mga sandaling nagiging siya ako at ako siya, at iisa lang kami talaga.

Talasalitaan

ablongan (*Kiniray-a*): duyan o parte ng silid-tulugan kung saan nakasabit ang duyan.

adyung (*Kiniray-a*): kalasag; panangga.

agta (*Sebwano*): isang uri ng elemental na sinasabing bantay ng mga punongkahoy lalo ng bakawan; madalas ilarawan bilang maitim na lalaking may hindi pangkaraniwang taas.

antay (*Kiniray-a*): pantawag sa matandang lalaki bilang paggalang.

aranghiran (*Kiniray-a*): uri ng halamang pinauusukan at ginagamit na insenso sa mga ritwal.

bakawan: mangrove.

bakunawa: mitolohikal na halimaw (dambuhalang isda, ahas, alimasag, alamid) na lumalamon ng buwan at araw.

balanak (*Kapampangan, Kiniray-a, Pangasinan*): isdang-alat na tulad ng bangus na may maputing tiyan.

balangay: sinaunang bangka na ginagamit sa mga pangmalayuang pagtawid ng dagat.

balatan (*Palawan*): trepang; sea cucumber.

balbal (*Palawan, Tagbanua*): aswang na nagnanakaw at kumakain ng bangkay ng tao.

bana (*Sebwano*): asawang lalaki.

banog/banugon/andunganon: isang uri ng ibong mandaragit; lawin; agila.

banwa: bayan; nayon.

batok: tattoo.

bidya (*Kiniray-a*): isang musikal na instrumentong may kwerdas na tulad ng gitara; kudyapi.

binukot: babaeng itinago sa karamihan; mag-isang nakatira sa isang bahay simula pang pagkabata hanggang sa magpasya ang mga magulang na ipakasal sa magiging bana; kaugalian ng mga may kayang pamilya ang pagbubukot ng dalagang anak.

buruhisan (*Kiniray-a*): mga diwatang bantay ng langit; mga diwatang "pinagbubuwisan;" tumutukoy rin sa mga babaylan na nagsasagawa ng alay sa mga diwata lalo na sa panahon ng krisis.

busalian (*Kiniray*-a): babaylan o datu na nagtataglay ng pambihirang kakayahang halos katulad ng sa mga diwata.

busaw (*Bagobo*, *T'boli*): kaluluwa; tumutukoy rin sa mga malahalimaw na espiritung kumakain ng tao.

buyung (*Kiniray-a*): pantawag sa mga datu at maginoo; malangga.

daitan (*Kiniray-a*): isang uri ng babaylan sa sinaunang lipunan ng mga Bisaya.

dalungdung (*Kiniray-a*): lumay o gayuma na mula sa pinagsamang langis at siyam na ugat at halamang medisinal na tanging mga babaylan lang ang nakakaalam ng pangalan at kung saan makukuha.

dapugan: bahagi ng bahay kung saan naroon ang lutuan at abuhan.

dingli (*Hiligaynon*, *Kiniray-a*): matigas na bato.

dili ingon nato (*Sebwano*): literal na ibig sabihin, "di tulad natin" na maaaring tumukoy sa mga aswang, ingkantu, at masasamang espiritu.

dungan (*Hiligaynon, Kiniray-a*): enerhiyang espiritwal na nasa bawat tao sa iba't ibang tindi at antas ayon sa palad ng may katawan; ang espiritung kakambal ng tao.

garamsan (*Kiniray-a*): isang malaking kalderong ginagamit sa pagpapakulo ng karne.

gahum (*Hiligaynon*): kapangyarihan.

gimba: uri ng tambol.

Humadapnon: bayani ng sugidanong Hinilawod.

halumigmig: ang mamasa-masang hangin o ang mamasa-masang ibabaw ng isang bagay dahil sa tropikal na klima.

haraywan (*Kiniray-a*): espiritung gabay at kaibigan ng mga taong makapangyarihan tulad ng mga siruhano at babaylan.

himbalod (*Kiniray-a*): isang uri ng punong may malapad na lilim.

hugayung (*Kiniray-a*): malakas na hangin.

igat (*Sebwano*): palos.

igkan (*Kiniray-a*): aswang; halimaw.

Ilanun/Iranun: etnikong grupo mula Lanao at Maguindanao; mga pirata at mangangalakal na naghawi ng mga ruta sa karagatan sa loob at labas ng arkipelago.

ilawod: dakong paibaba ng bayan; patungo sa laut o paayon sa agos ng tubig.

ilaya (*Sebwano, Akeanon*): dakong paitaas ng bayan; dakong pinanggalingan ng ilog.

Indi siya magdinungol (*Kiniray-a*): "Huwag siyang magpasaway."

kamalig: bodegang imbakan ng mga ani.

kataw (*Sebwano, Akeanon*): taong isda; sirena.

kulabnon (*Kinaray-a*): parasito; uri ng kuto.

karatong (*Kiniray-a*): mas maliit na uri ng gong na madalas gamitin sa mga ritwal.

kudyapi: (*Tingnan* **bidya**).

laing ginhawa (*Sebwano, Hiligaynon*): literal na ibig sabihin, "ibang kayarian ng hininga" o "masamang nilalang;" tumutukoy sa mga aswang, ingkantu, at iba pang uri ng mga espiritu. (*Tingnan* **dili ingon nato**).
lantaka: maliit na kanyon.
libakaw (*Kiniray*-a): bungang ginagamit sa pagnganga; betel nut.
lupan-on (*Kiniray-a*): lamanglupa.
maaram (*Kiniray-a*): manggagamot; babaylan.
malangga: (*Tingnan* **buyung**).
maisog (*Hiligaynon*): magilas.
managhusay (*Kiniray-a*): tagapamagitan sa mga usaping legal at domestiko.
manughiwit (*Kiniray-a*): impakto; maligno.
Nagmalitung Yawa: sa sugidanong Panay, ang binukot na kasintahan at tagapagligtas ni Humadapnon sa kuweba ng Tarangban.
nunok (*Kiniray-a*): balite, lunok.
pabayhu/bayhu (*Kiniray-a*): isang reptilya; madalas isang buwayang may taglay na gayuma.
padayon (*Sebwano*): magpatuloy.
pagatpat: bakawan; mangrove.
pamlang (*Kiniray-a*): ang kapangyarihang magtawag at humingi ng tulong mula sa mga espiritung kaibigan.
pangasi: alak na galing sa bigas.
pangayaw (*Sebwano, Waray*): biglaang pagsalakay sa isang banwa upang bumihag ng mapapangasawa o magiging alipin.
parangkuton (*Kiniray*-a): matatanda ng bayan na kinikilala sa kanilang angking talino; mga pinuno, tagapagbigay-payo, at madalas ding mga tagahatol dahil sa kanilang kaalaman sa batas.
paraw (*Hiligaynon, Sebwano*): malaking sasakyang pandagat na may malaking patatsulok na layag

at isang katig; ginagamit sa mga digmaan at sa malalayong paglalakbay; prahu.

patalagket (*Kiniray-a*): ritwal para sa sanggol na ipinagbubuntis.

puod/pood: nayon; bayang kinasasakupan.

salatan (*Sebwano, Waray, Bikol*): hangin sa pagitan ng silangan at kanluran na lumilikha ng unos sa gitna ng dagat.

salimbal/salimbar/salimbaw: sa mitolohiya, ang bangkang sasakyan ng mga diwata; sasakyan ng mga kaluluwa patungo sa langit at pabalik sa daigdig.

sanang (*Palawan, Kiniray-a*): pares ng agong na tinutugtog nang sabay.

saragudon (*Kiniray-a*): (*Tingnan* **haraywan**).

sinaha: mahabang patalim na tulad ng kampilan.

siruhano: manggagamot na gumagamit ng kaalaman sa dasal, anting-anting, langis, at medisinal na ugat at halaman. Maaaring nagmula sa Espanyol na *cirujano*. (*Tingnan* **maaram**).

sugidanon: malapit na katumbas ng epiko sa Panay.

tada: sa Panay Bukidnon, sayaw pangdigma.

taghuy: espiritung tagahatid ng mensahe.

tagolilong (*Sebwano*): anting-anting para sa tagabulag at pagpapalit-anyo.

taliba: bantay.

Tarangban: sa sugidanong Hinilawod, pangalan ng mahiwagang kuweba ng mga binukot kung saan nakulong ang bayaning si Humadapnon ng pitong taon.

tarap'anan (*Kiniray-a*): lalagyan ng mga banga, plato, at palayok.

tayom: salungo (*Sebwano*); sea urchin.

tayuk (*Kiniray-a*): tangkay ng halamang ginagamit na panghigop sa alak; straw.

tigadlum (*Kiniray-a*): kapangyarihan ng anting-anting na makapaglaho o matakpan ang mata ng kalaban; tagolilong.

tiriladan (*Kiniray-a*): gamit na lalagyan ng mga sangkap pangnganga gaya ng libakaw, buyo, at apog.

torogan *(Kiniray-a):* bahay ng datu at ng kaniyang pamilya.

tubignon (*Kiniray-a*): mga espiritu ng tubig; uri ng ingkantu.

tuliyawnon (*Kiniray-a*): isang uri ng tandang na manok na may kulay dilaw na pakpak.

umang: hermit crab.

uripon (*Kiniray-a*): alipin.

urugan (*Kiniray-a*): pinakamataas na bahagi ng langit.

yanggaw (*Kiniray-a, Hiligaynon*): impeksyon; pagkahawa sa aswang na madalas nangyayari sa pamamagitan ng laway.

yawa (*Hiligaynon, Kiniray-a*): diwata; makapangyarihang mandirigma; demonyo.

Pagkilala

Nagsimula ang konsepto ng aking nobela sa tanong ni James Francis Warren sa kaniyang librong *Iranun and Balangingi: Globalization, Maritime Raiding and the Birth of Ethnicity* (Lungsod Quezon: New Day Publishers, 2002) kung saan napunta ang libo-libong bihag ng mga Iranun matapos ang kasagsagan ng kanilang mga pagsalakay. Hinamon ko ang sariling gawan ng pagsasapantaha ang uri ng paglalakbay na sinuong ng mga taong sinikwat buhat sa kanilang mga lupain at mahal sa buhay upang gawing mga aliping maipagbibili sa iba't ibang sentro ng kalakalan mula Mindanao hanggang dulo ng Timog Silangang Asya.

Dahil tungkol sa pirata at aswang ang paksa ng aking nobela, alam kong kapwa historikal at mitolohikal ang mundong tatahakin nito. At tulad ng alinmang pagmumundong ginagawa sa loob ng nobela, hindi ito maaaring magmula sa wala. Ang bawat bagay na iloloob dito ay parehong dapat manggaling sa matrabahong pagkatha at pananaliksik.

Pangunahin sa paglulugar ng mga tagpo ng aking kuwento ang aking pagkamangha sa mga sugidanon ng Panay, partikular ang *Hinilawod: The Adventures of Humadapnon (Tarangban)* na salin ni F. Landa Jocano (Lungsod Quezon: PUNLAD Research House, 2011). Bagamat nakarating hanggang sa mga dalampasigan ng

Bikol ang pangangayaw ng mga Iranun, pinili kong sa Panay magsimula ang lahat, sa isang piksyunal na nayon sa gawing Antique na tinawag kong Bariwbariwan, isang komunidad kung saan buhay pa kahit sa pamamagitan man lang ng nag-iisa at natitirang binukot, ang pag-awit sa *Hinilawod*. Sa ikaapat na kabanata ng aking nobela, inawit ni Sinilandang Bulan kay Luklak ang tungkol sa pakikipagsapalaran ni Banug-Banug Lumpad sa kalangitan ng Kabalyu. Ang bahaging ito'y halaw buhat sa maiksing tagpo sa *Hinilawod*. Hinango rin sa sugidanong ito ang paraan ng pagriritwal sa isang naiingkantu: ang paghataw sa karatong, ang paggamit sa pulang panyo, at ang pagsayaw ng manggagamot sa ibabaw ng may sakit.

Dahil may sariling sosyolohiya ang nobelistikong mundo kung kaya binasa ko rin ang sa tingin ko'y dapat na katambal ng *Hinilawod* ni Jocano, ang kaniyang *Sulod Society: A Study in the Kinship System and Social Organization of a Mountain People of Central Panay* (Lungsod Quezon: University of the Philippines Press, 2008). Naipakilala sa pananaliksik na ito ang kultura at mga tao sa likod ng sugidanon. Dito hinango ng nobela ang tungkol sa konseho ng mga parangkuton na sa nobela ay magsisilbing lupon ng mga tagahatol ng ina ni Luklak, ang ritwal ng higara na sa nobela ay gaganapin bilang paghahanda sa kasal nina Luklak at Minyot, ang ritwal ng pukaw na sa nobela ay gaganapin sa libing ng ina ni Luklak, ang banggit sa ritwal ng patalagket na ginaganap para sa mga sanggol na ipinagbubuntis ng kanilang mga ina, ang awit sa pagpapangalan ng bata na sa nobela ay aawitin ni Udoy sa inuman, at ang listahan ng mga halamang gamot na nakita ni Udoy sa bahay ni Antay Dapuan.

Mahalagang bahagi ng mundong ito ang mga uri ng relasyong namamagitan sa mga tao, lalo na ang mga hirarkiyang nangingibabaw sa kanilang lipunan.

Sa librong *Slavery in the Spanish Philippines* (Maynila: De La Salle University Press, 1997), inilarawan ni William Henry Scott sa pamamagitan ng mga pangunahing dokumento ang sistema ng pang-aalipin sa Pilipinas sa panahon ng Kastilang pananakop, partikular ang mga batas at gawaing nagpapatibay sa sistemang ito. Isang kabanata ng aklat na ito ay nakalaan sa pagsasakasaysayan ng mga naitalang pangangayaw simula pa sa pagdating ni Magallanes. Naging mahalagang sanggunian ang mga bahaging ito ng aklat ni Scott pati na ang paliwanag sa sari-saring dahilan ng pagkakasadlak ng mga tao sa ganitong katayuan at sa iba't ibang katawagan sa mga alipin batay sa antas ng kanilang pagiging alipin.

Upang maunawaan ang sitwasyon ng mga pamayanang pinangingibabawan ng kanilang kolektibong takot sa mga piratang Moro, naging mahalagang sanggunian ang aklat na *Ibalon Under Storm and Siege: Essays on Bicol History: 1565–1860* ni Francisco A. Mallari (Cagayan de Oro: Xavier University, 1990). Bagamat nakaugat sa Bikol ang pagsasakasaysayan, ipinauunawa ng pananaliksik ni Padre Mallari ang pagtingin ng mga tao noon sa pananalakay ng mga piratang Moro bilang isang laging nakaambang banta sa buhay. Buhat sa aklat na ito hinango ng nobela ang mga detalyeng may kinalaman sa mga balwarteng itinatayo madalas sa mga dalampasigan bilang proteksyon laban sa pagsalakay ng mga Moro. Dito rin maaaring maintindihan ang mga karaniwang suliranin ng pagpapanatili sa mga bantayan gaya ng kakulangan sa tao, gamit, at armas tulad ng mga lantaka at pulbura, maging ang suliranin sa pagbuo ng mahusay na sistema ng pagbibigay-alarma sa mga tao sa pagdating ng panganib. Dito rin nakuha ng nobela ang idea kung ano at gaano ang ibinabayad sa mga bantay ng balwarte.

Sa pag-unawa sa kosmolohiya ng mundong ito sinangguni ang aklat na *The Enduring Ma-aram Tradition:*

An Ethnography of a Kinaray-a Village in Antique ni Alicia P. Magos (Lungsod Quezon: New Day Publishers, 1992). Inilalatag ng pananaliksik ni Magos ang mga paniniwalang batayan ng babaylanismo na mahalaga sa nobela dahil nagagabayan nito ang representasyon ng mga tauhang gaya nina Antay Dapuan at Abyang Dalupihan. Sa pananaliksik na ito nakuha ng nobela ang pagpapahalaga sa Bundok Kanlaon bilang sentro ng aktibidad ng mga diwata at dating tahanan ng mga ingkantu. Dito rin hinango ng nobela ang paglalarawan sa iba't ibang uri ng mga ingkantung binanggit sa kuwento: ang mga tamawo, muwa, murukpok, bawa, lolid, tibsukan, at tulayhan.

Sa ganitong paraan, naging gabay din ang aklat na *Ang Diablo sa Filipinas ayon sa nasasabi sa mga casulatan luma sa Kastila* ni Isabelo de les Reyes, na salin at may anotasyon nina Benedict Anderson, Carlos Sardiña Galache, at Ramon Guillermo (Mandaluyong: Anvil Publishing, 2014). Makikita sa munting aklat na ito kung paano posibleng inuunawa ng sinaunang Pilipino ang imahinaryo ng diablo, sa pagtatagpo ng prekolonyal at Kristiyanong paniniwala, at sa pagsasalikop ng mga tropo mula sa dalawang magkaibang kultura tungo sa pagbuo ng isang mas masalimuot na pagkanilalang. Dito hinango ng nobela ang senaryo ng mga ibong pinaghihinalaang mga aswang na nagsisidapo sa puno ng balite upang makipagpulong sa diablo. Dito rin ibinatay ang pagbanggit sa tauhang si Nanginduraang Yawa Naglahong Diwata, na sa aklat ni de los Reyes ay ang diablong namaalam sa kaniyang mga kaibigang katutubo.

Nakukulayan ang mundo ng nobela sa pagkakaroon ng mga pagdiriwang at kasiyahan na sinasaliwan ng tugtugan, sayawan, at inuman. Naging malaking tulong sa paglalarawan ng ritmo, galaw, at himig ng mga tauhan sa nobela ang aklat na *Sibod: Ideology and Expressivity in Binanog Dance, Music, and Folkways of the Panay*

Bukidnon ni Maria Christine Muyco (Lungsod Quezon: Ateneo de Manila University Press, 2016). Ipinakikilala ng pananaliksik ni Muyco ang konsepto ng *sibod* na kumakatawan sa mayaman at makulay na kultura ng musika, sayaw, at disenyo ng pagbuburda ng mga Panay Bukidnon. Sa aklat na ito hinango ng nobela ang mga detalye tungkol sa Binanog at ang mga baryasyon nito.

Sa ganitong paraan, naging malaking tulong din ang *Kudaman, Isang Epikong Palawan Na Inawit ni Usuy* na salin nina Edgar B. Maranan at Nicole Revel-Macdonald (Lungsod Quezon: Ateneo de Manila University Press, 2000). Bagamat epikong Palawan at hindi Panay ang *Kudaman*, ang anotasyon ni Nicole Revel-Macdonald na nagbibigay-paliwanag sa ilang kultural at etnograpikong detalye ay naging mayamang sanggunian ng nobela, partikular ang paliwanag tungkol sa kaasalan sa pagharap sa mga handaan, lalo na sa mga inumang sentral ang alak na pangasi.

Binubuo ng mga kuwento at alamat ang mundo ng nobelang ito kung kaya ang nobela mismo ay kuwento ng maraming kuwento. Bilang nobela tungkol sa aswang, mahalaga ang paliwanag ni Alicia Magos sa kaniyang anotasyon sa *Tikum Kadlum: Sugidanon of Panay* (book 1) na salaysay nina Federico "Tuohan" Caballero at Leopoldo "Paino" Caballero (Lungsod Quezon: University of the Philippines Press, 2014). Sa paliwanag na ito, aswang na itinuturing ang maginoong si Datu Makabagting, na isang mandirigmang nakakain ng laman ng tao (*Tikum Kadlum* 11). Sa ganitong paraan, matalik na naiuugnay ang daigdig ng sugidanon sa daigdig ng mga kuwentong aswang.

Naging mayamang bukal din para sa nobela ang kasunod na aklat sa seryeng ito, ang *Amburukay: Sugidanon of Panay* (book 2) nina Federico "Tuohan" Caballero at Leopoldo "Paino" Caballero (Lungsod Quezon: University of the Philippines Press, 2015). Dito hinango ng nobela ang salaysay tungkol kay Amburukay at ang pagnanakaw ni Labaw Donggon sa kaniyang gintong bulbol. Sa sugidanong ito napag-isipan ko ang posibleng ugnay ng Ilog Halawud (Jalaur ngayon) sa iba pang mga ilog at puod na binanggit sa sugidanong Panay at ang halaga nito bilang lunsaran ng mga balangay ng mga datu at kung gayon, bilang lunsaran din ng mga pakikipagsapalaran ng mga epikong bayani.

Sa aklat na *Barangay: Sixteenth-Century Philippine Culture and Society* ni William Henry Scott (Lungsod Quezon: Ateneo de Manila University Press, 1994) una kong nabasa ang tungkol sa di umanong nawawalang epikong Bisaya na nabigyan lang ng pagbubuod ni Padre Francisco Ignacio Alcina sa *History of the Bisayan People* (salin nina Cantius J. Kobak, OFM at Lucio Gutierez, OP, Maynila: UST Publishing House, 2005.), na ayon sa buod ay tungkol sa binukot na humiling ng pagsalakay sa Tsina sa kaniyang mangingibig na datu.

Naging malaking tulong ang artikulong "A Cultural History of Crocodiles in the Philippines: Towards a New Peace Pact?" nina Jan Van Der Ploeg, Merlijn Van Weerd, at Gerard A. Persoon (*Environment and History* 17, blg. 2) sa pag-uugnay ng mundo ng aswang sa mundo ng buwaya at sa mga fokloreng nagtatampok sa dalawang ito. Inilatag ng artikulong ito ang malaking kaibhan ng sinaunang kultural na pagtingin sa buwaya bilang bantay ng mga diwata sa tarangkahan ng kabilang buhay sa kasalukuyang pagtingin dito bilang simbolo ng ganid at korapsyon ng mga nasa kapangyarihan. Napakahalaga para sa proyekto ng nobela na naitampok ng pananaliksik nina Van Der, Van Weerd, at Persoon ang kaugnayan ng buwaya sa mga aswang sa pag-aalok sa kanilang pagbasa sa uri ng reptilyang tinatawag na *balanghitao* ng mga Bisaya bilang isang uri ng buwayang aswang. Ginamit ng nobela ang ganitong konsepto ng pagkanilalang sa metamorposis ng tauhang si Luklak.

Bukod sa mga babasahing ito, naging malaking tulong din sa pangangalap ng materyal ang aking naging mga biyahe. Una rito ang pagpunta ko ng Palawan noong Hulyo 2015 nang isama ako ni Prof. Eli Guieb sa kaniyang fieldwork. May dalawang linggo kaming nanatili sa Batas, na isang barangay sa munisipalidad ng Taytay. Dahil nangangalap ako ng mga kuwentong aswang noon, nagbahagi sa akin ng kanilang mga nalalamang kuwento sina Mang Ariel Darol, Nay Cleofe Cabahar, Dang Huling na manggagamot ng barangay Debangan, Mang Agustin Redentor na Tagbanuang siruhano, at mag-asawang Kagawad Jerry Abrina at Rubeta Abrina. Kay Ariel Darol ko utang ang kuwento tungkol sa unggoy na nakasalawal na nanghaharang ng mga ginagabi sa daan.

Nasundan ang ganitong karanasan ng pagtawid sa dagat nang sumali ako sa paglalakbay ng tatlong balangay taong 2018 kasama ang ilang piling guro at mag-aaral ng Pamantasang Ateneo de Manila at National University of Singapore. Labing-isang araw (Enero 3–13) itong paglalakbay mula Manila de Bay patungong Corregidor Bataan, Cabra Mindoro, at Calatagan Batangas. Sumakay ako sa balangay na may pangalang Sultan Sin Sulu sa ilalim ng kapitan nitong si Jan Paul Rodriguez sapagkat sa tatlong balangay na magkakasabay na maglalayag, ang Sultan ang nag-iisang walang motor at walang palikuran kung kaya nagpapanatili kahit paano sa realidad ng mga sinaunang paglalakbay gamit ang balangay. Bukod sa pakikisalamuha sa mga sakay, naging pagkakataon din ito para makipagkuwentuhan sa mga tripulante na nagmula pa sa iba't ibang sulok ng Pilipinas. May Samal, Tausog, at Palaweño kaming kasama sa bangka. Ang katuwang ng kapitan na si Rogen Manongol, na siya rin naming tagapagluto ay taga-Antique. Sa hiling ni Kapitan Jan

Paul Rodriguez at Manong Rogen Manongol, kasama ng mga tripulante at ilang estudyanteng sakay ng Sultan, nagkaroon kami ng isang gabing kuwentuhan tungkol sa aswang sa loob ng balangay. Binahagi ni Manong Rogen ang tungkol sa paniniwala sa mga lamangdagat gaya ng hipon at alimasag na ipinagbabawal ng matatanda sa kanilang lugar na ihawin dahil ang pinausukang amoy nito ay nagtatawag daw ng mga maligno. Tumatak sa akin ang detalyeng ito na siyang naging pambungad ngayon ng aking nobela.

Ikatlong biyahe ko ang pagpunta sa Iloilo mula 11–17 ng Hunyo 2019, kasama ang ilang kapwa guro sa Kagawaran ng Filipino ng Ateneo de Manila. Ika-13 ng naturang buwan nang umakyat kami ng Garangan Calinog upang bisitahin ang komunidad ng mga Panay Bukidnon, kung saan nanatili kami ng dalawang araw at isang gabi. Nakitira kami sa tahanan ni Rodolfo Caballero na kapatid nina Federico, Romulo, at Leopoldo Caballero, mga tagaawit ng sugidanong kinolekta ni Dr. Alicia Magos. Sa aming pakikipagkuwentuhan kay Manong Dolpo, ipinaliwanag niya kung paano sumasakay sina Labaw Donggon at Sinagnayan sa kanilang lumilipad na kalasag, na ayon sa kaniya'y hindi tulad ng pagsakay sa lumilipad na palanggana o magic flying carpet na madalas makita sa mga biswal na representasyon. Ang di-pangkaraniwang paglalarawan ni Tatay Dolpo ang ginamit ko sa nobelang ito para ipakita kung paano sinakyan ni Dipla ang kaniyang mahiwagang kalasag patungo sa mga Morong kaniyang kakalabanin. Upang lalong maging konkreto ang aking sariling paghaharaya, nakatulong na isinama ako ni Rolinda Gilbaliga, na taga-Garangan din at nag-aaral sa UP Diliman College of Music, sa kanilang bahay at ipinakita niya sa akin ang mga sandatang itinatago pa rin ng kanilang pamilya na nagmula pa raw sa angkan ng mga mandirigma. Inilabas niya sa amin ang kalasag, talibong, at bangkaw ng kaniyang ama. Ang disenyo ng talibong na may puluhan at suksukan na inukit na tulad ng tuka at buntot ng manok ang ginamit ko sa paglalarawan ng talibong na pag-aari naman ng tauhan kong si Bunag.

PASASALAMAT

Kina Luna Sicat-Cleto at Julz Riddle na nagbuhos ng panahon at atensyon sa pagtalakay sa unang borador ng aking manuskrito. Salamat sa kanilang matapat na pagkukuro at matalinong pagpapanukala. Kina Rolinda Gilbaliga, Pow Taton, Rodolfo Caballero, at Genevieve Asenjo sa pagbabahagi ng kanilang kaalaman at pagtulong sa akin sa aking pananaliksik. Kay Jun Cruz Reyes—guro ko sa pagsulat na nagbukas para sa akin ng malawak na abot-tanaw. Sa Kagawaran ng Filipino, sa pagbibigay sa akin ng pangalawang tahanan. Sa Office of the Vice President ng Pamantasang Ateneo de Manila, sa pagkakaloob sa akin ng Faculty Development Grant upang magkaroon ako ng sapat na oras sa pagsusulat. Kay Karina Bolasco sa pagbibigay ng lakas ng loob. At kay Faustina Derain na aking ina, sa walang humpay na pagmamalasakit at pagkalinga.

www.ingramcontent.com/pod-product-compliance
Lightning Source LLC
Chambersburg PA
CBHW031341230926
51848CB00002B/326
9786214481057